全新開始
學越南語

VIETNAMESE FOR EVERYONE

全MP3一次下載

9789864542710.zip

U0050270

Lời mở đầu 前言

　　近年來學習越南語的需求日益增多。越來越多的人想要了解越南的社會與文化並投入越南語的學習行列。目前市面上的越南語學習書籍琳瑯滿目，其中不乏是為了台灣人量身打造的越南語的學習教材，各教材都有自己的教學目標及特色，而本書的目標怎是為了要初學者能夠輕鬆入門，並學到更實用、更接近日常生活的越南語。

　　因此，本書的主要內容分為：

　　第一部分：越南語的基本發音系統。此處介紹了越南語的 29 個字母、6 個聲調，讀者在掌握字母發音之後，便能開口唸出越南語。

　　第二部分：共有 14 課，每一個課程的主要內容分為七個部分：

1. **圖解本課單字**：先認識與當課相關的單字，並加強印象。
2. **核心文法**：依照詳細的說明，學習本課會話中將會使用到的重點文法。文法累積多了，將可以建構出閱讀越南語的相關資料的能力。
3. **核心文法現學現賣**：在「核心文法」學習之後，馬上動手做最簡單的填入練習，不必太多思考，更能加強概念。
4. **核心文法練習**：將同一課學過的「核心文法」的內容加以練習，加深印象。
5. **實戰會話**：將所學的到文法組合一篇最實用的生活會話，習聽力與口說能力。
6. **練習題**：以當課所學的內容進行練習題
7. **補充學習**：簡單介紹越南的文化、越南習俗及越南語的小常識，讓讀者可以邊學語言邊體驗越南文化。

　　希望本拙作能夠協助各位讀者在學習的過程中有系統且更有效率地順利學會越南語。雖然在編寫的過程中力求完善，但若有些未臻完美之處，希望讀者們及同業師長不吝賜教，能讓本書盡善盡美。

　　最後感謝國際學村出版社幫忙出版本拙作，也感謝過程中編輯王文強先生及所有對此書適時出手相助的所有人士。

　　再一次獻上我們真誠的感謝之意！

著者　*Vũ Thị Lâm*（武氏林）

吳冠宏

本書的結構及使用方式

《全新開始！學越南語》的結構如下所述：

全書一共 14 課，每課由【情境單字、核心文法、核心文法現學現賣、核心文法練習、實戰會話、練習題及每課不同的越南（語）文化相關小知識單元】所組成，透過專業設計的階段性學習方式，幫助學習者奠定札實的越南語基礎。

本書尚有附件：

【單字、句型】書寫練習薄。

越南語的文字與發音

一起學習越南語的基礎－字母與發音吧！此部分成三大部分，分別是【字母】、【發音】、【聲調】。【字母】依現行的越南語拉丁文字及歷史中的字喃、漢越詞加以說明；【發音】則是依單複數的子音、母音及尾音分類說明，一次清楚學好各種發音；【聲調】除了官方使用的北方音聲調之外，更追加補充了南方音聲調的用法；在發音都結束之後，便開始針對基本問候做簡單、快速的學習，以便與後面的課程接軌。

（發音單元以許多中文、閩南語說明的加以輔助，協助達到更佳的學習效果；然語言間畢竟不是一樣的發音方式，**最正確的發音請聽音檔裡由越南老師正式示範的發音為主**）

單元首頁

本頁介紹單元主題及即將會學到的重點文法。

核心文法

藉由對話中的句子來學習核心文法。也別忘了要一起記住有時會出現,助於學習的 TIP 喲!

情境單字

正式開始學習前,會先看到一篇與本課內容相關的情境大圖單字,趕快記下之後會用到的單字吧!

核心文法現學現賣

不想太多,直接將【核心文法】學到的內容馬上動筆填入剛學過的例句中,火速加強學深印象!

核心文法練習

藉由同一課中學習到的核心文法，舉出更多的例句，反覆練習達到完全記憶的功效！

練習題

透過練習題的解題過程，更加明確地增強越南語的實力。

實戰會話

藉由靈活運用前面學到的文法和單字的會話來培養實戰感。右頁依課別的不同，更有許多與會話相關的實用補充學習內容，包括①第一次出現的句子（將會話中黃金的常用句取出做更詳細的說明）、②同類型的單字、③延伸的表達或會話、④越南語的輕鬆小常識等等。

⑥「để」是多義詞，在此是「讓…」的意思。（→ 04）

TIP 中有出現（ ➡ ＋數字）的符號時，說明後面的數字為課數。即該方法於箭頭指的那課別會有更詳細的內容解說。

每課不同的越南（語）文化相關小知識單元

每課都準備了不同的越南（語）文化小知識內容讓學習能夠錦上添花。每篇內容裡面分別有越南語的用法說明、越南人都知道的慣用語，或越南生活文化介紹等許多不同的精采內容。

練習題解答篇

做完練習題後，可以馬上核對看自己懂了多少！

QR 碼音檔

本書皆附有由越南藉老師親錄的越南語北、南音的音檔。可以在書名頁掃瞄一次性下載全書音檔及電腦使用，亦可隨刷隨聽，相當便利。

★ VB 開頭的檔案名為北音、VN 開頭的檔名為南方音。

★ 書中北音的子音「S, R, CH, TR」開頭的單字時，在單字及例句會以北音學術標準教育的唸法呈現（捲舌等音分明），會話中則以生活中較一般的口語念讀；南音則無此分別。皆使學習更加貼近越南人的日常生活。

★ 每課MP3的發音速度適中，不會有發音太快，造成學習跟不上的現象。特別是每課會話篇的內容都有分「慢速」及「正常速」的朗讀，可輕易上手唸出正確越南語。

關於本書中南、北音的識別

當例句中的有用青色的底色包覆住兩個單字時，指 / 前面的是北方用語、後面的則是南方用語。

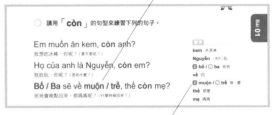

單字前標上 北 及 南 分別是指同一字義下，北方人及南方人所使用的不同用語。

附錄

書的附錄中附有「全書文法快查索引」及「北南詞彙相異表」。前項可以幫你快速找到書中想查詢的文法，後項則可以了解更多越南語中南北相異的用語。

學習附件

隨身單字、句型練習簿

親手動筆書寫主書中每課使用到的單字及出現過的例句。可以每學完一課就馬上針對該課的內容馬上書寫練習。

Mục lục 目錄

129

Bài 08 Ngày phụ nữ Việt Nam nên tặng quà gì?
越南婦女節應該送什麼呢？

重點文法
★ tưởng　★ cứ tưởng　★ tưởng rằng　★ cứ tưởng rằng　★ cứ nghĩ là…
★ huống hồ　★ … đi … lại　★ vân vân (v.v.)　★ tuỳ (vào)

更多學習
• cùng　• chẳng thế　• vì　• không ngờ　• đừng　• khiến　• … không nổi
• nếu　• nên　• đấy

143

Bài 09 Cho tôi một phòng đơn. 我要一間單人房。

重點文法
★ giúp　★ hộ　★ giùm　★ trong　★ từ … sang …　★ tuy … nhưng …
★ mặc dù … nhưng …　★ Làm ơn＋cho＋tôi＋動詞

更多學習
• nhé　• với　• xin đừng　• đúng không?　• tại

157

Bài 10 Chuẩn bị đi Đà Nẵng du lịch. 準備去峴港旅遊。

重點文法
★ phải　★ lắm　★ định　★ nếu … thì　★ một trong những …

更多學習
• vào　• chứ không　• chứ không phải là　• bằng　• đã　• tính　• mà
• ngay

171

Bài 11 Em có biết bưu điện ở đâu không? 你知道郵局在哪嗎？

重點文法
★ qua　★ tiếp　★ vậy　★ bằng　★ khoảng

更多學習
• bị　• ơ

10

Bảng chữ cái tiếng Việt và phát âm
越南語的字母及發音

學習內容

- 越南文字母
- 發音
- 聲調
- 基本日常的招呼用語

01 越南文字母

❶ 現代的拉丁字母

現代使用的越南文字母總共有29個，是由法國的傳教士 Alexandre de Rhodes（亞歷山德羅）所創造的拉丁系統文字，除了少了英文中的「F(f), J(j), W(w), Z(z)」這4個基本的拉丁字母之外，更添加了「Ă(ă), Â(â), Đ(đ), Ê(ê), Ô(ô), Ơ(ơ), Ư(ư)」這7個字母。

A a	N n
Ă ă	O o
Â â	Ô ô
B b	Ơ ơ
C c	P p
D d	Q q
Đ đ	R r
E e	S s
Ê ê	T t
G g	U u
H h	Ư ư
I i	V v
K k	X x
L l	Y y
M m	

❷ 字喃

雖然越南現在用的是拉丁文字，但是越南文受古漢文的影響很深，因此古時候的越南有一段時間甚至於是採用漢字創造出新的文字－「字喃（Chữ Nôm）」作為正式文字使用的，由於現代已經沒有使用，這裡僅簡單地做一些字喃架構的陳述。字喃的架構是將兩個漢字組裝在一起，一邊表達發音、一邊表達意義。例如：

𣎏 𠄩 𡥵

có hai con

（有兩個孩子）

𣎏	左邊的漢字「固」是它的發音（có），右邊的漢字「有」則是它的意義。
𠄩	左邊的漢字「台」是它的發音（hai），右邊的漢字「二（2）」則是它的意義。
𡥵	右邊的漢字「昆」是它的發音（con），右邊的漢字「子」則是它的意義（孩子）。

如下的短句，也有上下結合的字喃：

𣄒 𨕭 𡶀

ở trên núi

（在山上）

𣄒	上方的漢字「於」是它的發音（ở），下方的漢字「在」則是它的意義。
𨕭	下方的漢字「連」是它的發音（trên），上方的漢字「上」則是它的意義。
𡶀	下方的漢字「内」是它的發音（núi），上方的漢字「山」則是它的意義。

是不是挺有趣的呢？其實若能溯本求源深入研究字喃的話，對於學習越南語是相當地有幫助的。

❸ 漢越詞

除了字喃之外，漢越詞也是對於母語者來說，協助學習越南語的一項強大利器。漢越詞是指源自古漢字的詞彙。正因為源自古漢字，所以與現代中文仍能夠一個蘿蔔一個坑地精準對應意義。我們看下面的範例：

越南文	源自此漢越詞	中文
Đài Loan	台灣	台灣
Việt Nam	越南	越南

透過上表，我們可以得知單字裡「Đài」是「台」、「Loan」是「灣」、「Việt」是「越」、「Nam」是「南」。那我們馬上能夠推敲出，若是講到「台南」那就是「Đài Nam」。漢越詞更能幫助舉一反三，多數的情況下，可以透過漢越詞直接快速地記憶越南語單字的意義。請看下表的說明：

越南文	源自此漢越詞	中文
thành lập	成立	成立
thành tựu	成就	成就
thành công	成功	成功
thành phố	城鋪	城市

↑中文唸「ㄔㄥˊ」都是越南文的「thành」。

漢越詞會廣泛應用在越南的人名及地名裡，如果懂得漢越詞累積得愈多時，便能馬上判斷出人名及地名的。

02 發音

　　越南語的發音組合相當地多，大體上本書分成「單母音」、「單子音」、「雙母音」、「三母音」及「尾音」等五個部分說明。因越南語與西方語相比，發音模式上本來就比較親近中文、台語及香港話等發音系統，此單元中的發音方法亦採用中文、注音、英文及台語的發音協助記憶。但越南語畢竟是與中文是完全不同的語言，發音系統上也不可能完全相同。所以各部分中「發音方式」一欄中的內容為較佳發音參考，實際發音請聽MP3線上音檔的示範為準。

❶ 單母音

大寫	小寫	發音方法	範例字
A	a	與注音「ㄚ」的發音相似。	cả nhà 全家
Ă	ă	類似用注音「ㄚ」加上二聲的音。音長上比字母「a」更短。	ăn cơm 吃飯
Â	â	類似用注音「ㄦ」加上二聲的音。音長比後面的字母「ơ」更短。	Nhật Bản 日本
E	e	類似注音「ㄝ」的音，但左右兩旁的嘴角下拉，口形略為扁平。	em bé 嬰兒、幼兒
Ê	ê	類似注音「ㄟ」的音，口形比字母「e」更放鬆，呈現三角形。	北 quả khế / 南 trái khế 楊桃
I	i	與注音「一」的發音相似。	tivi 電視
O	o	發音類似注音的「ㄛ」，口形又大又圓。	chong chóng 紙風車
Ô	ô	發音類似注音的「ㄡ」，也類似台語發音的「黑」。口形比字母「o」更小。	北 thìa lỗ / 南 muỗng lỗ 漏杓
Ơ	ơ	與注音「ㄜ」的發音相似。	北 quả ớt / 南 trái ớt 辣椒
U	u	發注音「ㄨ」的發音相似。	北 quả đu đủ / 南 trái đu đủ 木瓜
Ư	ư	上下顎要咬緊，嘴角外拉，空氣不易外流的情況下發出類似注音「ㄜ」的音。	bánh chưng 越南方型粽
Y	y	與注音「一」的發音相似。	y tá 護理師

15

重點記憶

1. 「a」與「ă」的差別在於「a」的音長較長，而「ă」則明顯較短。

2. 「â」與「ơ」的差別在於「â」為喉嚨外側的音，而「ơ」則為發在喉嚨深處的音。當「â」與尾音相接時，音長明顯變短。

3. 「i」與「y」的差別在於「i」的音長較長，而「y」的音長較短。

4. 「ơ」與「ư」的差別在於發音時「ơ」的口形張大，而「ư」的口形呈扁平狀。「u」雖然跟「ư」的字形很像，但是與兩者之間發音差別較大。

5. 「o」與「ô」的差別在於發音時「o」的口形張大，而「ô」的口形比「o」略小。

❷ 單子音

大寫	小寫	發音方法	範例字
B	b	類似注音「ㄅ」，發音之前將雙唇要先行緊閉，再發出聲音。	北 quả bóng / 南 trái bóng 球
C	c	與注音的「ㄍ」發音相似。	cái ca （有握把的）杯子
D	d	北 發音時舌尖從門牙上磨擦下移，類似注音「ㄖ」的發音，但不捲舌。 南 發音時類似注音「ㄧㄜ」加四聲的音。	北 quả dâu / 南 trái dâu 草莓
Đ	đ	接近注音的「ㄉ」，但發音時舌頭要頂住上顎。此發音為喉嚨濁音。	đồng hồ 時鐘
G	g	類似注音的「ㄍ」，但是為濁音。相同於台語發音中誇獎他人很棒的「勢」、艋舺的「舺」及數字「五」的子音。（舉例皆為台語）	con gà 雞
H	h	與注音「ㄏ」的發音相似。	bông hoa 花朵
K	k	與注音「ㄍ」的發音相似。因為此發音亦可等同「G」的音，故 MP3 音檔內兩種發音都有錄製。	cái kéo 剪刀
L	l	與注音「ㄌ」的發音相似。	lá cây 樹葉

M	m	與注音「ㄇ」的發音相似。但發音前，雙唇須緊閉。	con mèo 貓
N	n	注音「ㄋ」的發音相似，發音時舌頭要頂住上齒齦，再發出聲音。	cái nơ 蝴蝶結
P	p	與注音「ㄅ」的發音相似。	đèn pin 手電筒
Q	q	與注音「ㄍ」的發音相似。依據越南語的拼音規則，「q」必須與「u」合併發音。	làm quen 認識
R	r	與注音「ㄖ」的發音相似，亦為捲舌音。發音時舌尖微微塞入前方上下齒之間。	con rùa 烏龜
S	s	與注音「ㄕ」的發音相似，亦為捲舌音。	buổi sáng 早晨、早上
T	t	與注音「ㄉ」的發音相似。	buổi tối 晚上
V	v	與英文「v」的發音相似，上方門牙要輕輕觸碰下唇。	Việt Nam 越南
X	x	與注音「ㄙ」的發音相似，非捲舌音。	xe máy 機車

重點記憶

1. 注意「b」的發音不完全等於「ㄅ」也不是「ㄆ」，這是中文裡沒有的一個唇齒音，發音時將嘴唇緊壓後發音，但是氣不吐出。

2. 「d」的發音南北明顯相異，北方的發音需將舌尖觸碰門牙並向下磨擦移動；南音的部分可以透過注音「一ㄜ」加四聲的音來理解。透過「do dự（猶豫）」跟「lý do（理由）」這兩個詞可以發現，「d」以南方音發音時，跟中文比較相似。

3. 「đ」這個音很常被誤認為「ㄉ」，但事實上在東亞語系裡沒有完全相吻合的音，發這個音時能夠以「ㄉ」為基準，然後再用舌尖碰觸上齒，再往前伸用右圖中標了 4,5,6,7 的位置去碰觸門牙，發出濁音的音。

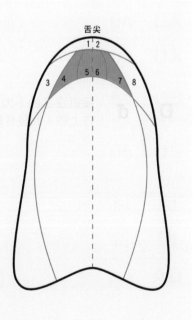

4. 「c」、「k」及「q(u)」的發音相同是「ㄍ」的音。「k」後接的母音不會有「i, e, ê」、「q」則一定要與「u」相結合。

5. 「g」與4一樣，是「ㄍ」的音，但「g」是濁音。

6. 「p」是「ㄅ」的音，「b」則是「ㄅ」的濁音。

7. 「s」是捲舌音，「x」為非捲舌音。

❸ 複合母音－雙母音

大寫	小寫	發音方法	範例字
AI	ai	與注音「ㄞ」的發音相似。發音拉得比「ay」長。	ngày mai 明天
AY	ay	與注音「ㄞ」的發音相似。	hôm nay 今天
ÂY	ây	與注音「ㄟㄧ」的發音相似。	bây giờ 現在
AO	ao	與注音「ㄠ」的發音相似。	tại sao 為什麼
AU	au	與注音「ㄠ」的發音相似。發音低垂。	sau này 今後、從今以後
ÂU	âu	與注音「ㄡ」的發音相似。	đi đâu 去哪
EO	eo	可依字面「e」＋「o」這樣快速唸出，唸出類似注音「ㄟㄡ」的音。	leo núi 爬山
ÊU	êu	與注音「ㄟ」＋英文「U」的發音相似。可參考台語的月亮「月娘」中「娘」的那個母音。	nếu như 假如
IA	ia	與注音「ㄧㄛ」的發音相似。	ở kia 在（遠的）那裡
IU	iu	與注音「ㄧ」＋英文「U」的發音相似。	khó chịu 難過
OA	oa	與中文「挖」的發音相似。	Thoa （人名）釵

OE	**oe**	一開始發出類似「ㄛ」的音,然後口形轉換成嘴角扁平地向兩側延伸拉開,變化成像是發「ㄝ」的口形。	khoẻ mạnh 健壯
OI	**oi**	與注音「ㄡㄧ」的發音相似。發音時,口形張得較大。	nói chuyện 聊天、談話
ÔI	**ôi**	與注音「ㄡㄧ」的發音相似。發音時,口形比「oi」較小。	lễ thôi nôi 抓周
ƠI	**ơi**	與注音「ㄛㄧ」的發音相似。	năm mới 新年
UA	**ua**	與中文「窩」的發音相似。	mùa thu 秋季
UÊ	**uê**	與注音「ㄨㄟ」的發音相似。	quê hương 故鄉
UI	**ui**	與注音「ㄨㄧ」的發音相似。	vui vẻ 開心
UƠ	**uơ**	與注音「ㄨㄛ」的發音相似。	thuở ấy 當年
UY	**uy**	與注音「ㄩ」的發音相似,亦可參考英文的「we」。記得發音時口形扁平,聲音較輕。	suy nghĩ 思考、考慮
ƯA	**ưa**	與注音「ㄨㄛ」的發音相似。發音時記得「ư」要上下顎要咬緊的前提發音。	mưa gió 風雨
ƯI	**ưi**	與注音「ㄨㄧ」的發音相似。發音時記得「ư」要上下顎要咬緊的前提發音。	gửi thư 寄信
ƯU	**ưu**	與注音「ㄧ」＋英文「U」的發音相似。發音時記得「ư」要上下顎要咬緊的前提發音。	về hưu 退休

Quê Hương

1. 當雙母音中「a」置於後方時，只有「oa」的「a」是「ㄚ」，可以透過「hoa
（花）」這個與越南語及中文同音的單字加強印象；「ia, ưa」組合中的「a」發
的是「ơ（＝ㄜ）」的音；「ua」則是偏「ô（＝ㄛ）」的音，可透過單字「lúa（稻
子）」了解發音。

2. 「o」在雙母音中的角色不論置於前或置於後，都不是發「ㄛ」的音，而是以
「ㄨ」音的口形發出後，唸出「o」的音，再以「ㄨ」音的口形結束的。但「oi」則
是例外。

3. 「ay」及「au」在雙母音中，前面「a」的發音比較短促，那是因為它實際上是
「ă」的省略表現（「ay＝ăy、au＝ău」），因為「ă」字母在應用時必須後接其他
字母，無法單獨使用，所以才會有此一現象的產生。

❹ 複合母音－三母音

大寫	小寫	發音方法	範例字
IÊU	**iêu**	依字母字面上「i+ê+u」的順序快速唸過後所形成的音即是。	hiểu biết 懂事、瞭解
OAI	**oai**	依「o+ai」的順序唸讀後所形成的音。注意，此時「o」以是注音「ㄨ」的口形開頭；「ai」則拉比較長的音。	xoài xanh 青芒果
OAY	**oay**	依「o+ay」的順序唸讀後所形成的音。注意，此時「o」以是注音「ㄨ」的口形開頭；「ay」則放比較短的音。	loay hoay （物理）擺動；（情緒、心情）搖擺不定
OEO	**oeo**	依「o+eo」的順序唸讀後所形成的音。注意，此時「o」以是注音「ㄨ」的口形開頭。	ngoằn ngoèo 蜿蜒
UÂY	**uây**	依「u+ây」的順序快速唸過後所形成的音即是。	giải khuây 解悶
UÔI	**uôi**	依字母字面上「u+ô+i」的順序快速唸過後所形成的音即是。	tuổi tác 年齡

大寫	小寫	發音方法	範例字
UYA	**uya**	以雙母音的「ia」的發音做為「ya」的發音基底，依「u+ya」的順序唸讀後所形成的音。注意，此時「a」以是注音「ㄜ」的口形開頭。	khuya khoắt 深夜
UYU	**uyu**	以雙母音的「iu」的發音做為「yu」的發音基底，依「u+yu」的順序唸讀後所形成的音。	khúc khuỷu 崎嶇
ƯƠI	**ươi**	依字母字面上「ư+ơ+i」的順序快速（愈快愈好）唸過後所形成的音即是。可參考注音「ㄜㄜㄧ」的唸法，唸第一個「ㄜ」時口形較小一點。	lễ cưới 婚禮
ƯƠU	**ươu**	依字母字面上「ư+ơ+u」的順序快速（愈快愈好）唸過後所形成的音即是。可參考注音「ㄜㄜㄨ」的唸法，唸第一個「ㄜ」時口形較小一點。	rượu bia 啤酒
YÊU	**yêu**	與英文字母「U」的發音相似。	yêu 愛

重點記憶

1. 三母音中有許多單母音及雙母音結合的狀況，其中「ươ」算是一個重要的組合，當它應用在「ươi」跟「ươu」這兩個音時，兩個聽起來都像注音的「ㄜ」，但發音時差在唸「ươi」時口形扁平；唸「ươu」時則口形張大。建議多多練習，以參考發音熟悉度。

❺ 複合子音

大寫	小寫	發音方法	範例字
CH	**ch**	與注音「ㄗ」的發音相似。	chơi 玩
KH	**kh**	與注音「ㄎ」的發音相似。	không 不
GH	**gh**	「gh」與單子音「g」發音一模一樣，類似注音的「ㄍ」，但是為濁音。相同於台語發音中誇獎他人很棒的「勢」、艋舺的「舺」及數字「五」的子音。（舉例皆為台語）。兩者差別只在於「gh」只後接「i, ê, e」這三個子音。	ghế 椅子

大寫	小寫	發音方法	範例字
GI	gi	此發音與單子音「d」的發音相同。 北 發音時舌尖從門牙上磨擦下移，類似注音「ㄖ」的發音，但不捲舌。 南 發音時類似注音「一ㄛ」加四聲的音。（錄音檔中南音有兩種版本，首先是標準式的唸法、其次是南方人生活口語中普遍較鬆散性的唸法）	gì 什麼
PH	ph	與注音「ㄈ」的發音相似。發音時上門牙須稍微觸碰下唇。	pha 泡（咖啡）
TH	th	與注音「ㄊ」的發音相似。	tháng 月（份）
TR	tr	與注音「ㄓ」的發音相似。再次強調這個音是捲舌音。	trâu 水牛
QU	qu	與中文「姑」的發音相似。	quần 褲子
NG	ng	與字母「g」的發音相似，但差別在它運用到鼻音。發音時，舌根往喉嚨處伸入。這個音可以參考台語中女性人名的「娥」、人名的姓氏「吳」或夾菜的「夾」等字的子音。	người 人
NGH	ngh	發音方式同上述的「ng」。「ngh」只後接「i, e, ê」這三個母音。	nghĩ 想、思考
NH	nh	舌面音，發音時舌面完全緊貼上顎。這個音可以參考台語中的「而已」的那個「幾恬恬 nhá（一點點而已）」中的「nhá」的子音。比較後便容易分辨出「nh」及「n」完全不同的舌面貼點。	nhà 房子

❻ 尾音

大寫	小寫	發音方法	範例字
C	c	唸完母音後，將口形維持「c（ㄍ）」的發音口形。可參考台語中「合（近似越語拼音 hạc）」，便能更容易地熟悉此尾音發音方式。	các bạn 各位朋友

M	m	當發音結束時,必須要緊閉嘴唇。	lom khom 彎腰駝背
N	n	發母音的過程中將舌尖慢慢的往門牙移動。以「an」為例, 先發 a 的音,再將舌尖往門牙移動其使變成「an(安)」的音。	an toàn 安全
P	p	發音方法同當字首子音時相同,但是發音上較為短促。當發音結束時,必須要緊閉嘴唇。	ấm áp 溫暖
T	t	唸完母音後將舌尖向門牙移動,發出短促類似「ㄊ」的音。	Tết 春節
CH	ch	發音方法同前述尾音「c」的唸法,在唸完「c」後稍稍發出「h(ㄏ)」的氣音。	khách sạn 飯店
NG	ng	唸完母音後將嘴巴再張開,把聲音帶向喉嚨。以「ang」為例,先發「a」的聲音再把嘴張開聲音往喉嚨帶,變成「ㄤ」的聲音。	bằng 用…;等於…;如同…
NH	nh	此尾音應用較少,發音同前述「n」的發音,需拉長音。發音結束後,口形會變成「i」發音的樣子。	anh em 兄弟

重點記憶

1. 尾音「c, p, ch, t」在聲調組合上只會有「銳聲(急速上揚的音)」及「重聲(急速下墜的音)」這兩種聲調而已。(聲調將於第26頁做說明)

2. 當尾音「c」跟「o, ô, u」的單字結合時,發音時必須將嘴唇緊閉。

3. 當複合母音結合尾音時,母音前面的「o」會唸類似注音「ㄨ」的音。例如:「ài Loan(台灣)」,此時「oan」中的「o」是唸「ㄨ」的音;其他唸「ㄛ」的情況如下:

Ⓐ 子音+「o」

Ⓑ 複合子音+「o」

Ⓒ 「o」+尾音

各種會出現的尾音組合

① -c

ac	ăc	âc	ec	oc	ôc	uc	ưc
iêc	uôc	ươc	ooc				
oac	oăc						

② -m

am	ăm	âm	em	êm	im	om	ôm	ơm	um	ưm
iêm	yêm	uôm	ươm							
oam	oăm									

③ -n

an	ăn	ân	en	ên	in	on	ôn	ơn	un
iên	yên	uôn	ươn						
oan	oăn	oen	uân	uyên					

④ -p

ap	ăp	âp	ep	êp	ip	op	ôp	ơp	up
iêp	ươp								
oap	uyp								

⑤ -t

at	ăt	ât	et	êt	it	ot	ôt	ơt	ut	ưt
iêt	yêt	uôt	ươt							
oat	oăt	oet	uât	uyt	uyêt					

⑥ -ch

ach	êch	ich
oach	uêch	uych

⑦ -ng

ang	ăng	âng	eng	ong	ông	ung	ưng
iêng	uông	ương	oong				
oang	oăng	uâng					

⑧ -nh

anh	ênh	inh
oanh	uênh	uynh

03 聲調

與中文一樣，越南語也是一種有聲調的語言。中文連親聲共有5聲，而越南語總共有6個聲調。越南語的聲調會因地方不同，聲調上也會有點不太一樣。目前越南官方現行的越南語國語教育是以河內的北方音使用的聲調為主，而它的特色是6個聲調裡抑揚頓挫的音調稜角鮮明，聽起來較為鏗鏘有力且不同聲調間的辨識容易。

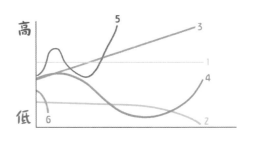

首先，來看越南語北音的6個聲調如下：

聲調名稱	符號外觀及標寫方式	發音方式	發音範例
① Thanh ngang 平聲	無符號 書寫母音字母時無任何符號。	平板音，沒有任何有任何起伏，音長較長。	ma 鬼 da 皮膚
② Thanh huyền 弦聲	＼ 從左上到右下的一條橫線，書寫時置於母音字母的上方。	發音時，發出的音緩緩地向下垂落。	mà 但（是） gà 雞
③ Thanh sắc 銳聲	／ 從左下到右上的一條橫線，書寫時置於母音字母的上方。	發音時，發出的音快速上揚。	má （部分南方地區）媽媽 cá 魚
④ Thanh hỏi 問聲	ˀ 像問號上半的那個勾勾，書寫時置於母音字母的上方。	發音之後，發出的音先緩緩下垂，然後又逐漸上揚。	mả 墳塚 khỉ 猴子
⑤ Thanh ngã 跌聲	～ 波浪狀的符號，書寫時置於母音字母的上方。	如同符號的波浪外型一樣。先發出微微上揚的音，稍稍停頓後，又再度上揚拉長。	mã （漢越詞）馬 cũ 舊
⑥ Thanh nặng 重聲	● 一個英文句點的符號，書寫時置於母音字母的下方。	發音之後，發出的音瞬間地向下垂落。	mạ 幼苗 ngựa 馬

由於以胡志明市為中心的南方音也是使用相當廣泛的音系之一，所以本書也針對南方音的聲調做出相關的說明參考。南方音的特色中，上下浮動的音比較多，也沒有像北音那樣乾淨俐落的音調。也因此連不少的北方人都認同，從南方人的口中能夠聽到更加似情柔水的越南語呢！

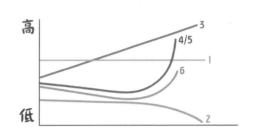

首先，來看越南語南音的6個聲調如下：

聲調名稱	符號外觀及標寫方式	發音方式	發音範例
①Thanh ngang 平聲	**無符號** 書寫母音字母時無任何符號。	平板音，沒有任何有任何起伏，音長較長。	ma 鬼 da 皮膚
②Thanh huyền 弦聲	從左上到右下的一條橫線，書寫時置於母音字母的上方。	發音時，發出的音緩緩地向下垂落。	mà 但（是） gà 雞
③Thanh sắc 銳聲	從左下到右上的一條橫線，書寫時置於母音字母的上方。	發音時，發出的音快速上揚。	má（部分南方地區）媽媽 cá 魚
④Thanh hỏi 問聲	像問號上半的那個勾勾，書寫時置於母音字母的上方。	發音之後，緩緩下垂後再緩緩上揚的。音的高度介於北音的問聲及跌聲之間。	mả 墳塚 khỉ 猴子
⑤Thanh ngã 跌聲	波浪狀的符號，書寫時置於母音字母的上方。	發音方式與南方音的問聲相同。因為南方音的問聲跟跌聲是一樣的，所以也有人認為南方音只有五個聲調。	mã（漢越詞）馬 cũ 舊
⑥Thanh nặng 重聲	一個英文句點的符號，書寫時置於母音字母的下方。	發音之後，發出的音是先下垂，然後再向上揚。音的高度比南方音的問聲、跌聲略低一點。	mạ 幼苗 ngựa 馬

04 基本日常的招呼用語

以下先學習一些初學越南語的基本用語。注意下方標為紅字的部分為越南語中的人稱代名詞，表示應用時該詞彙需以實際的談話對象應用合適的詞彙。（基本的人稱代名詞可參考 44 頁的說明及 60 頁的單字）

● 打招呼與道別

Xin chào. 你好。

Chào **anh**. 哥哥你好。

Chào **chị**. 姊姊你好。

Chúc ngủ ngon. 晚安。

Tạm biệt. 再見。

Em về trước đây. 我先回去了。

Em đi trước đây. 我先走了。

● 搭話及詢問

Xin hỏi 請問

Dạo này **anh** thế nào? 你最近如何？

Anh sao thế? 你怎麼了？

Có chuyện gì vậy? 有什麼事呀？

Bạn có sao không? 你有怎麼樣嗎？

Anh là ai? 你是誰？

Anh có bao nhiêu người con? 你有幾個孩子？

Hôm nay **anh** đến đây để làm gì? 今天你來這裡做什麼？

Bạn có người yêu chưa?
你有情人了嗎？（你有男／女朋友了嗎？）

● 恭賀與道歉

Chúc mừng **anh**. 恭喜你。

Chúc mừng **chị**. 恭喜妳。

Chúc mừng năm mới! 新年快樂！

Chúc mừng sinh nhật! 生日快樂！

Cảm ơn. 謝謝！

Xin lỗi. 對不起！

● 其他的表達

Trời ơi! 天啊！

Biết. 知道。

Không biết. 不知道。

Hiểu. 懂。

Không hiểu. 不懂。

Cái này bao nhiêu tiền? 這個多少錢？

Tôi đói quá. 我太餓了。

Tôi khát quá. 我太渴了。

Em muốn ăn gì? 你想吃什麼？

Em muốn ăn phở. 我想吃河粉。

Em muốn uống gì? 你要喝什麼？

Em muốn uống nước cam. 我想喝柳橙汁。

Nóng quá. 太熱了。

Lạnh quá. 太冷了。

Em mệt quá. 我好累。

Em bị đứt tay rồi. 我被割傷手了。

Em bị đạp trúng chân rồi. 我的腳被踩到了。

🔰 Xin lỗi cho nhờ một chút. 不好意思，請借過一下！

🔰 Xin cho **tôi** đi qua. 不好意思，請借過一下！

Anh nói gì? 你說什麼？

Anh có thể nói lại một lần nữa được không?
你可以再說一次嗎？

Em không nghe thấy. 我沒聽到。

Em không thấy. 我沒看到。

Phiền quá. 太煩了。

Buồn quá. 很難過！

Buồn cười quá. 太好笑了！

Em giỏi quá. 妳太棒了。

Em quên rồi. 我忘記了！

Anh ấy thật khốn nạn. 他很混蛋！

Em ấy ghét **anh**. 她討厭我！

Em ấy thích **anh**. 她喜歡我！

Anh không thích **em ấy**. 我不喜歡她！

Em yêu **anh**. （女性對男性講的）我愛你。

Anh nhớ **em**. （男性對女性講的）我想妳。

Bạn ấy là học sinh mới.

他是新的學生。

重點文法

- chào 嗨、你好、再見
- là 是
- không 不
- không phải là 不是
- không? 嗎？
- còn 還有…；那…呢？
- cũng 也
- rất 很

更多學習

- ạ 表禮貌語尾詞
- Tên ＋人稱代名詞＋ là
  …（人稱代名詞）的名字是？
- 人稱代名詞＋ tên là …
  （人稱代名詞）的名字是？
- không phải 不（應）該…
- thích 喜歡
- ơi （對人稱的呼喚聲）…啊

- lắm 非常…、很…、極為…
- hình như （情況上…）好像
- quá 太（過）…了
- để 讓…
- qua 通過、過（去）
- với 跟…
- ... phải không? 是不是、是…嗎？
- được 能、可以
- khi 當…時候

VB01-01.MP3 北音

VN01-01.MP3 南音

❺ **phòng học** 教室

❹ **hiệu trưởng** 校長

❿ **bảng thông báo** 公佈欄

❷ **thầy giáo** 男老師

❻ **hành lang** 走廊

⓭ **ghế** 椅子

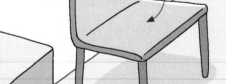

❾ **mút lau bảng** 板擦

❽ **phấn viết** 粉筆

⓮ **cặp sách** 書包

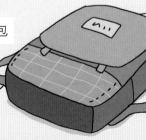

⑱ **bóng đèn tuýp** 日光燈

⑲ **họ** 姓　　⑳ **tên đệm** 墊名　　㉑ **tên** 名字

Nguyễn Thị Phương

❶ **cô giáo** 女老師

❼ **bảng đen** 黑板

❸ **học sinh** 學生

⑫ **bàn học** 課桌

⑰ 北 **vở** / 南 **tập** 筆記本

⑮ 北 **hộp bút** / 南 **hộp viết** 鉛筆盒

⑯ **sách giáo khoa** 教科書

⑪ 北 **cục tẩy** / 南 **cục gôm** 橡皮擦

33

核心文法

 北音 VB01-02.MP3　　 南音 VN01-02.MP3

 1 「**chào**」的用法

「chào」是打招呼的問候語，意思等同「嗨」或「你好」。「chào」亦可於道別時用，此時相當於中文的「再見」。當要跟某個人打招呼時，可用「chào ＋名字／第二人稱代名詞（＋名字）」的句型。此外，越南人亦習慣用家庭中的輩分來稱呼日常生活中會碰到的人，所以亦可以用「自己輩分的代名詞＋ chào ＋名字／第二人稱代名詞（＋名字）」。

Chào chị!
你好　　姊姊
姊姊好！

Chào anh Cường!
你好　　哥哥　強
強哥好！

Em chào thầy ạ!
學生　你好　（男）老師　尊敬語尾助詞
（男）老師您好！

TIP

向尊長及陌生人打招呼時以「第一人稱主詞＋ chào ＋第二人稱代名詞＋ ạ」的句型更加禮貌，其中「ạ」只置於句尾，用來表示尊重。

單字

chị 姊姊、（稱呼女性長輩的聽者）妳、（與晚輩對話時，女性自稱）我、（敬稱）小姐

anh 哥哥、（稱呼男性長輩的聽者）你、（與晚輩對話時，男性自稱）我

Cường （人名）強

em 弟弟、妹妹、（對長輩的聽者自稱的）我

thầy （男性的）老師

 2 「**là**」的用法

「là」的基本用法為肯定判斷，表示「là」前者所接續的主詞與後者等同，即等同中文的「是」。

Tôi là nhân viên.
我　　是　職員
我是職員。

Anh ấy là sinh viên.
他　　　　是　大學生
他是大學生。

Tên tôi là Kiệt.
名字　我　是　傑
我叫阿傑。

TIP

「Tên ＋人稱代名詞＋ là ...」的句型也可以改成「人稱代名詞＋ tên là ...」，兩者皆可。

單字

tôi （對一般人的自稱）我

nhân viên 職員、員工

sinh viên 大學生

Kiệt （人名）傑

③ 「**không**」的用法

「không」是重要的基礎否定形用法，接於動詞之前，表示中文的「不…」的意思。

Tôi không ăn cơm.

我　　不　　　吃　　飯

我不吃飯。

Tôi không uống nước.

我　　不　　　喝　　水

我不喝水。

要表示「不是…」時，還必須在「là」的前面加上「phải」，變成「không phải là」的句型才完整。此外，當「không」置於詞尾時，形成疑問詞「…嗎？」的意思。

Tôi không phải là nhân viên.

我　　並非　　　　　是　　職員

我不是職員。

Anh ấy không phải là người Nhật Bản.

他　　　並非　　　　是　人　　日本

他不是日本人。

Bạn biết ai là người Nhật Bản không?

你　知道　誰　是　人　　日本　　　　嗎

你知道誰是日本人嗎？

④ 「**còn**」的用法

「còn」是在回應對方對自己提出的詢問後，順應前提的相同內容所提出反問時使用。（直譯可說「還有」的意思，但用在這裡中文不順，所以可以想成「那…呢？」）。

Tôi tên là Linh, còn anh, anh tên là gì?

我　名字　是　玲　　還有　哥哥　哥哥　名字　是　什麼

我的名字是阿玲，你呢？你叫什麼名字？

Tôi khỏe, còn anh?

我　健康　　還有　哥哥

我很好，你呢？

5「cũng」的用法

「cũng」即為中文的「也」。可以後接動詞或形容詞，分別表示也進行相同的動作或處於相同的狀態。

Tôi cũng mệt.
我 也 累
我也很累。

Tôi cũng thích học tiếng Việt.
我 也 喜歡 學 越南語
我也喜歡學越南語。

Anh cũng tên là Nam.
我 也 名字 是 南
我的名字也是阿南。

TIP

「thích」為心理動詞，表達「喜歡」的意思，後可再接名詞、動詞，分別表示喜歡某人、事、物或是做某動作。

單字

mệt 累
thích 喜歡
học 學
tiếng Việt 越南語
Nam （人名）南

6「rất」的用法

「rất」相似於中文的「很、相當、非常」的意思。但它必須置於形容詞之前，變得有強調的意味。

Tôi rất cao.
我 很 高
我很高。

Linh học rất giỏi.
玲 學 很 棒
阿玲學得很棒。

Bánh xèo rất ngon.
越式煎餅 很 美味
越式煎餅很好吃。

單字

cao 高
giỏi 棒、厲害
học 學
bánh xèo 越式煎餅
ngon 美味、好吃、可口

核心文法現學現賣

請動筆快速填入本課所學的文法，直接加強印象。

1 請直接填入意思為「嗨」或「你好」的「**Chào**」。

★ _____ chị. 姊姊好。

★ _____ anh Cường. 強哥好。

2 請直接填入意思為「是」的「**là**」。

★ Tôi _____ nhân viên. 我是職員。

★ Tên tôi _____ Kiệt. 我的名字是阿傑。

3 請直接填入意思為「**không**」的「不」。

★ Tôi _____ đi chơi. 我不吃飯。

★ Tôi _____ uống nước. 我不喝水。

> → 請直接填入意思為「不是」的「**không phải**」。

★ Anh ấy _____ người Nhật Bản. 他不是日本人。

> → 請直接填入意思為「…嗎？」的「**không?**」。

★ Bạn biết ai là người Nhật Bản _____? 你知道誰是日本人嗎？

4 請直接填入意思為「那…呢？」的「**còn**」。

★ Tôi tên là Linh, _____ anh, anh tên là gì?
我的名字是阿玲，你呢？你叫什麼名字？

★ Tôi khỏe, _____ anh. 我很好，你呢？

5 請直接填入意思為「也」的「**cũng**」。

★ Anh _____ tên là Nam. 我的名字也是阿南。

★ Tôi _____ thích học tiếng Việt. 我也喜歡學越南語。

6 請直接填入意思為「很」的「**rất**」。

★ Tôi _____ cao. 我很高。

★ Bánh xèo _____ ngon. 越式煎餅很好吃。

核心文法練習

〇 請用「**chào**」的句型來練習下列的句子。

Chào cô.

（女）老師好。

Chào chị Linh.

玲姊好。

Chào buổi sáng.

早安。

cô （女）老師

buổi sáng 早晨

〇 請用「**là**」的句型來練習下列的句子。

Tôi **là** sinh viên.

我是學生。

Anh ấy **là** cảnh sát.

他是警察。

Tên tôi **là** Minh.

我的名字是阿明。

cảnh sát 警察

Minh （人名）明

〇 請用「**không / không phải là**」的句型來練習下列的句子。

Tôi **không** đi chơi.

我不去玩。

Cô ấy **không phải là** người Việt Nam.

她不是越南人。

Bạn biết tiếng Anh **không**?

你懂英文嗎？

đi 去

chơi 玩

cô ấy 她

người Việt Nam 越南人

biết 知道、懂

tiếng Anh 英文

⭕ 請用「**còn**」的句型來練習下列的句子。

Em muốn ăn kem, còn anh?
我想吃冰棒,你呢?(要不要吃?)

Họ của anh là Nguyễn, còn em?
我姓阮,你呢?(是姓什麼?)

Bố / Ba sẽ về muộn / trễ, thế còn mẹ?
爸爸會晚點回來,那媽媽呢?(什麼時候回來?)

單字
kem 冰淇淋
Nguyễn (姓氏)阮
北 **bố** / 南 **ba** 爸爸
về 回
北 **muộn** / 南 **trễ** 晚、遲
thế 那麼
mẹ 媽媽

⭕ 請用「**cũng**」的句型來練習下列的句子。

Tên đệm của em cũng là Thị.
我的墊名也是「氏」。

Mẹ cũng mệt.
媽媽也累。

Minh cũng là nhân viên.
阿明也是職員。

單字
Thị (越南女性的墊名)氏

⭕ 請用「**rất**」的句型來練習下列的句子。

Cô ấy rất đáng yêu / dễ thương.
她很可愛。

Anh ấy rất thông minh.
他很聰明。

Tôi rất vui.
我很開心。

TIP
「đáng yêu」與「dễ thương」意思相同。雖兩個詞皆全國可通,但北越人習慣常講「đáng yêu」,而南越人比較常講「dễ thương」。

單字
thông minh 聰明
vui 開心

 實戰會話

Dũng: Linh ơi! Bạn ấy là ai? Cậu / Bạn biết không?

Linh: Tớ / Mình cũng không rõ lắm, hình như bạn ấy là học sinh mới. Bạn ấy thật dễ thương!

Dũng: Bạn ấy xinh / đẹp quá! Để tớ / mình qua làm quen với bạn ấy.

----- (trong phòng học) -----

Dũng: Chào bạn! Tôi tên là Dũng, bạn tên là gì?

Tuệ: Tôi tên là Tuệ.

Dũng: Bạn là người Hàn Quốc phải không?

Tuệ: Không, tôi không phải là người Hàn Quốc, tôi là người Đài Loan, còn bạn? Bạn là người nước nào?

Dũng: Tôi là người Việt Nam, rất vui được làm quen với bạn.

Tuệ: Tôi cũng rất vui khi được làm quen với bạn.

TIP

❶「cậu / tớ」及「bạn / mình」這兩組稱呼一樣，都是對親近熟朋友稱呼的「你／我」；北方人兩者常用，而南方人僅常用後者。

❷「ơi」常接於人稱代名詞或人名之後，為口語上「…啊」的呼喚聲，在中文通常不會翻出來。

❸「lắm」置於形容詞及心理動詞之後，指程度很高的「非常…、很…、極為…」。（➡ 10）

❹「hình như」是「好像…」之意，但並非性質相像，而是指情況看起來是呈現某種傾向。

❺「quá」置於形容詞之後，指前述狀態程度極高值得驚嘆，近似中文的「太（過）…了」。

❻「để」是多義詞，在此是「讓…」的意思。（➡ 04）

❼「qua」是「通過、過（去）」的意思。（➡ 11）

❽「với」一般前接某動作，後接人稱，就是指「跟（該人稱）…」進行某事的意思。

❾「... phải không?」是表達「是」與「否」，確認型的提問句，即「是不是…？」、「是嗎？」的意思；（「... không?」則只是單純提問）

❿「được」是多義詞，在此是「能、可以」的意思。（➡ 04）

⓫「khi」置於一段敘述之前，表示正值該時間點，即「當…的時候」的意思。

單字

bạn ấy 他　**rõ** 清楚　**mới**（置於名詞後）新　**thật** 真　**dễ thương** 可愛　🔵 **xinh** / 🔴 **đẹp** 美

làm quen 認識　**phòng học** 教室　**Tuệ**（人名）慧　**người Hàn Quốc** 韓國人　**người Đài Loan** 台灣人

阿勇：阿玲啊，她是誰？妳知道嗎？

阿玲：我也不太清楚，好像她是新來的學生，她真可愛！

阿勇：她長得太美了！我來跟她搭訕。

──（在教室裡面）──

阿勇：妳好！我的名字是阿勇，妳呢？妳叫什麼名字？

阿慧：我的名字是阿慧。

阿勇：妳是韓國人嗎？

阿慧：不是，我不是韓國人，我是台灣人，你呢？你是哪國人？

阿勇：我是越南人，很開心認識妳。

阿慧：我也很開心認識你。

★ 第一次出現的句子

Bạn là người nước nào? 你是哪國人？

　　這是新認識外國人使用的金句，「nào」通常可以置於名詞之後，表示「哪（個）⋯」之意。發問的使用的句型是「人稱＋ là người nước nào?」，回答時是可説「人稱＋ là người ＋國名」即可。

例 A: Xin lỗi, bạn là người nước nào ạ?
　　對不起，你是哪國人呢？

　B: Tôi là người Việt Nam.
　　我是越南人。

★ 更多常用的國家及城市

Việt Nam 越南	Đài Loan 台灣	Hồng Kông 香港	Trung Quốc 中國	Hàn Quốc 韓國
Nhật Bản 日本	Thái Lan 泰國	Lào 寮國	Campuchia 柬埔寨	Indonesia 印尼
Philippines 菲律賓	Anh 英國	Pháp 法國	Tây Ban Nha 西班牙	Bồ Đào Nha 葡萄牙
Ai Cập 埃及	Nga 俄國	Úc 澳洲	Mỹ 美國	Ca-na-đa 加拿大

練習題

 北音   南音

VB01-05.MP3   VN01-05.MP3

1. 請聽MP3，並用「Chào」正確地跟下列各種不同身分的人打招呼。

例 Chào cô

（女）老師好

① _____

媽媽好

② _____

弟弟好

③ _____

哥哥好

④ _____

姊姊好

⑤ _____

（男）老師好

2. 請重組句子，變成正確有意義的越南語（重組後字首大寫）。

① Lan / là / tôi / tên

→ _____ .

② gì / là / tên / anh

→ _____ ?

③ chị / còn / , / là / tên / gì / chị

→ _____ ?

④ vui / rất / được / ông / gặp

→ _____ .

⑤ cũng / rất / tôi / được / vui / bạn / gặp

→ _____ .

⑥ là / ạ / nước / bạn / nào / người

→ _____ ?

⑦ thông minh / rất / anh ấy

→ _____ .

⑧ mệt / mẹ / cũng

→ _____ .

3. 請寫下列詞彙相對應的越南文或中文。

① gặp → _____   ② tên → _____

③ mới → _____   ④ mệt → _____

⑤ 北 xinh / 南 đẹp→ _____   ⑥ 什麼 → _____

⑦ 可愛 → _____   ⑧ 人 → _____

⑨ 高 → _____   ⑩ 水 → _____

4. 請聽MP3，並完成下方的對話。

A: Ⓐ _____ anh .

B: Chào Ⓑ _____ , chị Ⓒ _____ là gì?

A: Tôi tên Ⓓ _____ Linh. Ⓔ _____ anh, anh tên

là Ⓕ _____ ?

B: Tôi Ⓖ _____ là Kiệt. Rất Ⓗ _____ được gặp chị.

A: Tôi Ⓘ _____ rất vui được Ⓙ _____ anh.

在越南文化裡，人與人之間都是按輩分稱呼的，話者對爺爺會稱呼「ông」、對奶奶則稱呼為「bà」，並以「cháu」自稱；對於父母，北方人會稱父親為「bố」（南方稱為「ba」）；對母親則稱呼為「mẹ」，並以「con（孩兒）」自稱。對於與父母同輩的人我們稱「bác（伯伯）」、「chú（叔叔）」、「cô（姑姑）」、「dì（阿姨）」...等，並自稱「cháu」。咦！發現了嗎？剛剛對於爺爺、奶奶自稱為「cháu」，對於這些「叔叔、阿姨」等也是一樣，那是因為在越南語中除了父母之外，不同輩之間的人交談，晚輩方的稱呼

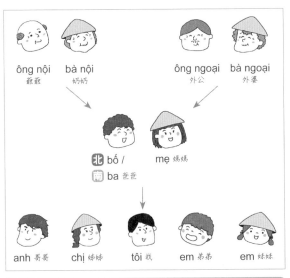

ông nội 爺爺　bà nội 奶奶　ông ngoại 外公　bà ngoại 外婆

北 bố / 南 ba 爸爸　mẹ 媽媽

anh 哥哥　chị 姊姊　tôi 我　em 弟弟　em 妹妹

越南語簡易親屬關係表

都是「cháu」，所以在中文就同時等於「孫子、姪子」，這一點初學時請多留意。另外，對於同一輩的男女我們會稱呼「anh（哥哥）」、「chị（姊姊）」並自稱「em（弟弟、妹妹）」。在家中，都會有大哥、二哥等稱呼，在越南北方會稱呼大哥為「anh cả」、二哥則是「anh hai」、三哥則是「anh ba」...（以此類推）。但是到了南方，稱謂會跳過「anh cả」的順位直接從「anh hai」開始算輩分，所以這時候「anh hai」這稱呼便搖身一變成為「大哥」囉！（女性的話，也是一樣，把「anh」改成「chị」就好。）

此外為表尊敬，越南人也會用一樣的「anh, chị, em」來稱呼外面碰到的人，所以初學時可能有時候需要跟說話者弄清楚，「他是你家族裡的人嗎？」。

越南的孩童會將兩手交叉於胸前向長輩問好，以示禮貌。

而在越南稱呼老師時也有男女之別，對男老師會稱呼「thầy（＋名字）」，而對女老師「女老師」則會稱為「cô（＋名字）」，學生們則會自稱「em」。然而，當我們跟長輩以及老師們打招呼的時候，晚輩或學生會用兩手交叉於胸前，鞠躬同時問好，旨在表現是名「敬重他人、乖巧有禮、富含教養」的孩子。

另外，對於不熟且對方的年齡、輩份資訊尚不清楚時，越南人也用「bạn（朋友）」稱呼對方，並以「tôi」自稱。

Anh làm nghề gì?

你做什麼工作？

重點文法

- ở đâu 在哪？
- có phải là ... không? 是不是…呢？
- có ... không? 有…嗎？
- và 和、與、且
- đều 都

更多學習

- vâng 應答時表達敬意的發語詞
- dạ 應答時表達敬意的發語詞
- đã 已經…
- đang 正…、正在…
- hả …嗎？、…是嗎？

★ 圖解本課單字

VB02-01.MP3　北音
VN02-01.MP3　南音

⑫ 北 **thợ xây** / 南 **thợ hồ** 建築工人

⑰ **bảo vệ** 警衛

⑪ **thợ mộc** 木匠

⑥ **kỹ sư** 工程師

⑱ **tài xế** / 北 **lái xé** 司機

❶ **luật sư** 律師

❸ **công an** 公安

❹ **cảnh sát** 警察

⑲ **thợ làm bánh** 烘焙師

7 phi công 飛行員

16 ngư dân 漁夫

8 tiếp viên hàng không 空中小姐、空服員

15 nông dân 農夫

9 nhân viên cứu hỏa 消防人員

5 thư ký 秘書

2 nhà báo 記者

12 giám đốc 經理、上司

10 kế toán 會計

14 ca sĩ 歌手

20 thợ may 裁縫師

13 công nhân 工廠工人

47

 核心文法

1 「**ở đâu**」的用法

「ở」是「在」,「đâu」是「哪(裡)」,「ở đâu」是一個用來詢問地點及處所的句型,即「在哪裡?」的意思。回答時可用「ở＋場所、地點、地名、國名等」的句型回覆。

Anh làm việc ở đâu?

你　　工作　在　　哪

你在哪裡工作?

Cô ấy học đại học ở đâu?

她　　　讀　大學　　　在　哪

她在哪裡讀大學?

單字

đại học 大學

「đâu」除了前接「ở」之外,還可以另外接續「đi(去)」、「đến(到、來)」、「về(回)」、「ra(出)」、「vào(進入)」、「lên(上)」、「xuống(下)」等來詢問行為、動作的目的地。

Chiều mai anh ấy đi đâu?

明天下午　他　　去　　　哪

明天下午他要去哪?

Anh muốn đến đâu?

你　　想　　到　哪

你想到哪去?

Con chuột này, xem mày chạy vào đâu?

隻　老鼠　這　看　你　　跑　進　哪

臭老鼠,看你往哪跑?

Anh Jack sẽ về đâu?

哥哥　傑克　將　回　哪裡

傑克會回哪去?

đi đến đâu để làm hộ chiếu?

去　到　哪裡　為了　做　護照

辦護照的話要去哪?

TIP

「để」是多義詞,在這裡是表達出目的性的連結詞,可以做「為了⋯」想。在此例句中,它的作用在說明「辦護照」這個目的,所以可以連想成「要辦護照這個目的的話,要到哪去?」。(➡ 04)

單字

chiều mai 明天下午

con (動物量詞)隻

chuột 老鼠

này 這

xem 看

mày (很不客氣的稱呼對方)你

chạy 跑

sẽ 將

làm hộ chiếu 辦護照

② 「 có phải là...không? 」的用法

　　此句型是疑問句之一，用來向對方確認前述自己提出的預想是否正確。大體上等同「是不是…？」或「是…嗎？」的意思。回答時若為否定以「không phải」來回應，若為肯定句則以「phải」、「vâng」或「dạ」來回應，但「vâng」與「dạ」亦可置於否定形之前，變成強調尊敬的語氣。句型應用方式如後「主語＋có phải là＋名詞＋không?」。

A: Anh có phải là giáo viên không?

你　　是不是　　　　老師　　　嗎

你是不是老師呢？

B: Vâng / Dạ, tôi là giáo viên.

表示尊敬　　　　　我　是　老師

是的，我是老師。

A: Chị có phải là luật sư không?

妳　是不是　　　律師　　嗎

妳是不是律師呢？

B: Dạ, không phải, tôi là nhà báo.

是的　不是　　　　我　是　記者

不是，我是記者。

> **TIP**
>
> 「vâng, dạ」是應答時表達敬意的發語詞，並無實際的意思。但多數的情況下可等同中文的「是的，…」。但南方人鮮少說「vâng」。
>
> **單字**
>
> **giáo viên** 教師、老師

③ 「 có ... không? 」的用法

　　此句型用來向對方詢問「（接動詞）有沒有要做某動作或是否已經做了某動作；（接名詞）有沒有某樣人、事、物；（接形容詞）有沒有產生某種狀態」。句型應用方式如後：「（主語＋）có＋動詞／名詞／形容詞＋không?」（回答方式在例句下方）：

你　　有　吃　飯　　嗎

你（有）要吃飯嗎？

肯定 Có! 要！　　　否定 Không! 不要！

Anh có sách Tiếng Việt không?

你　　有　書　越南語　　　嗎

你有越文書嗎？

肯定 Có! 有！　　　否定 Không có! 沒有！

> **TIP**
>
> 「xinh」有「美、漂亮」的意思。當誇獎一個女孩美或漂亮，或某樣東西美美的時候，就可以使用。
>
> **單字**
>
> **cơm** 飯
>
> **sách Tiếng Việt** 越文書

Em có xinh / đẹp không?

我　　有　漂亮　　　　嗎

我漂亮嗎？

肯定 Có, xinh / đẹp lắm 有，很漂亮！　否定 Không! 不！（不漂亮！）

「và」的用法

　「và」是連詞，等同於中文「和、與、及」，連接形容詞時則有「且」的意思，此文法用來表示兩個人、事、物、現象的並存與表示某事過程間的連接。

Tôi thích học tiếng Anh và tiếng Trung.

我　喜歡　　學　　英文　　　　　和　中文

我喜歡學英文和中文。

Bạn ấy rất khiêm tốn và giản dị.

他　　　很　謙虛　　　且　　樸實

他很謙虛且樸實。

Anh ấy rất vui và đưa em đi chơi.

他　　　很　開心　和　帶　妳　　去玩

他很開心帶我去玩。

單字

tiếng Anh 英語
tiếng Trung 中文
khiêm tốn 謙虛
giản dị 樸實

「đều」的用法

　「đều」是副詞，等同於中文「都」的意思。常置於形容詞或動詞之前，表示前接的（複數）主詞，全部屬於後述的狀態，或做相同的事。

Họ đều là người Đài Loan.

他們　都　　是　人　　　台灣

他們都是台灣人。

Họ đều là công an.

他們　都　　是　公安

他們都是公安。

Các bạn nam lớp tôi đều rất đẹp trai.

各　　朋友　男　班　我　都　很　帥哥

我們班的男生都很帥。

單字

các 各、各個
bạn nam 男性的朋友
lớp 班
đẹp trai 帥哥

TIP

當形容漂亮時，在北音中「xinh」及「đẹp」這兩個詞彙都可以使用，但南音一般只用「đẹp」。

核心文法現學現賣

請動筆快速填入本課所學的文法，直接加強印象。

1 請直接填入意思為「在哪裡？」的「ở đâu」。

★ Anh làm việc _____? 你在哪裡工作？

★ Cô ấy học đại học _____? 她在哪裡讀大學？

> **→ 請直接填入意思為「哪？」的「đâu」。**
>
> ★ Chiều mai anh ấy đi _____? 明天下午他要去哪？
>
> ★ Anh muốn đến _____? 你想到哪去？

2 請直接填入意思為「是不是…？、…是嗎？」的「**có phải là ... không?**」。

★ Anh _____ giáo viên _____? 你是不是老師呢？

★ Chị _____ luật sư _____? 你是不是律師呢？

3 請直接填入意思為「有…嗎？」、「有要…（做某事）嗎？」的「**có ... không?**」。

★ Anh _____ sách tiếng Việt _____ không?
你有越文書嗎？

★ Anh _____ ăn cơm _____ không? 你（有）要吃飯嗎？

4 請直接填入意思為「和、與、及」的「**và**」。

★ Tôi thích học tiếng anh _____ tiếng Việt. 我喜歡學英文和中文。

★ Bạn ấy rất khiêm tốn _____ giản dị. 他很謙虛且樸實。

5 請直接填入意思為「都」的「**đều**」。

★ Họ _____ là người Đài Loan. 他們都是台灣人。

★ Họ _____ là công an. 他們都是公安。

 **核心文法練習**

 北音 南音

VB02-03.MP3　VN02-03.MP3

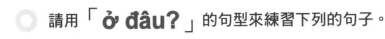

○ 請用「**ở đâu?**」的句型來練習下列的句子。

Anh sống **ở đâu?**

你住在哪裡？

Công ty của chị **ở đâu?**

妳的公司在哪裡？

Mẹ đang **ở đâu?**

媽媽正在哪裡？

Chùa đó **ở đâu?**

那間寺廟在哪裡？

TIP

「đang」是「正…、正
在…」的意思。（→03）

單字

công ty 公司

chùa 寺廟

đó 那、那裡

○ 請用「**có phải là ... không?**」的句型來練習下列的句子。

Chị **có phải là** bác sĩ **không?**

妳是不是醫生？

↪ Dạ, không phải, tôi là y tá.

　不，我是護理師。

Anh ấy **có phải là** giám đốc của ngân
hàng Đông Á **không?**

他是不是東亞銀行的經理？

↪ Dạ, không phải, anh ấy là tài xế.

　不是，他是司機。

Hà Nội **có phải là** thủ đô của Việt Nam
không?

河內是越南的首都嗎？

↪ Vâng / Dạ, Hà Nội là thủ đô của Việt Nam.

　是的，河內是越南的首都。

單字

bác sĩ 醫生

y tá 護理師

Hà Nội 河內

thủ đô 首都

○ 請用「**có ... không**」的句型來練習下列的句子。

Anh **có** thích ăn phở Việt Nam **không**?
你喜歡越南河粉嗎？

Cái váy này **có** màu đỏ **không**?
這條裙子有紅色的嗎？

Nhà đó **có** rộng **không**?
那間房子有寬敞嗎？

單字

phở 河粉

cái （量詞）個；（衣物）件

váy 裙子

màu đỏ 紅色

rộng 寬

○ 請用「**và**」的句型來練習下列的句子。

Tôi **và** Linh là bạn thân.
我和阿玲是好朋友。

Tôi thích xem phim **và** nghe nhạc.
我喜歡看電影和聽音樂

Anh ấy rất vui **và** sẽ đưa em đi chơi.
他會很高興且會帶我去玩。

單字

bạn thân 好朋友

xem phim 看電影

nghe nhạc 聽音樂

đưa 帶、帶領

○ 請用「**đều**」的句型來練習下列的句子。

Ai cũng **đều** thích cái đẹp.
誰都喜歡漂亮的。

Chúng ta **đều** là người một nhà.
我們都是一家人。

Các học sinh ở đây **đều** lười.
在這裡的學生都很懶。

單字

lười 懶、懶惰

💬 實戰會話

Nam: Lan! Em đi đâu đấy? Sao lại ở đây?

Lan: Anh Nam! Em chào anh, em đang đi làm, trường học em ở gần đây. Thế còn anh? Anh đang đi đâu đấy? Sao anh lại ở đây?

Nam: Anh đang đi gặp khách hàng. Đây có phải là bạn của em không?

Lan: Vâng / Dạ, đây là Trang, là bạn của em, xin giới thiệu với Trang, đây là anh Nam, bạn của tôi.

Trang: Chào anh Nam, rất vui được gặp anh. Anh Nam làm nghề gì?

Nam: Anh là luật sư? Em làm nghề gì?

Trang: Em là giáo viên.

Nam: Vậy là em và Lan đều là giáo viên và đều dạy ở trường đại học Sư Phạm Hà Nội hả?

Trang: Vâng / Dạ.

Lan: Công ty anh Nam ở đâu? Có ở gần đây không ạ?

Nam: Có, công ty anh cũng ở gần đây.

TIP

「hả」一詞在使用時表示話者心裡有疑惑，並提出前述的想法，進一步與聽者確認時的疑問詞，相似於中文的「…嗎？、…是嗎？」等意思。

單字

đi làm 去上班　**gặp** 見　**khách hàng** 客戶　**đồng nghiệp** 同事　**nghề** 職業　**chúng em** 我們

dạy 教（學）　**trường** 學校　**trường Đại học** 大學

Bài 02

阿南：阿蘭！妳要去哪呀？怎麼會在這兒？

阿蘭：南哥，你好，我正要去上班，我公司在這附近，那你呢？你正要去哪？怎麼會在這裡？

阿南：我正在去見客戶。這位是你的朋友對嗎？

阿蘭：是的，這位是阿妝，她是我的朋友。阿妝請容我在這裡介紹一下，這位是我的朋友，南哥。

阿妝：南哥您好，很高興見到您。南哥是做什麼工作的呢？

阿南：我是律師，妳呢？妳做什麼工作？

阿妝：我是教師。

阿南：那麼你和阿蘭都是在河內師範大學任教的教師嗎？

阿妝：是的。

阿蘭：南哥你的公司是在哪裡？離這裡近嗎？

阿南：是的，我的公司也在這附近。

★ 弄懂越南語中複雜的複數人稱及第三人稱

　　等同英文「we」的複數人稱在中文裡很單純，就只有「我們」而已，但是在越南語裡就分的很複雜了。「chúng tôi / chúng ta / chúng mình / chúng em / bọn em / bọn mình」都可以譯成「我們」，在越南語中的使用則有所不同。

- chúng tôi / chúng em bọn em 不包含聽者（bọn em 用於對長輩說話時）
- chúng ta / chúng mình / bọn mình 有包含聽者

　　在越南語中，第三人稱的構成也比中文分得還要細，則是於第二人稱代名詞的後面加 ấy 即可，但「🔵 bố / 🔴 ba（爸爸）」、「mẹ（媽媽）」是例外，不能加「ấy」。例：「bạn + ấy = bạn ấy（他或她，可指同學、同事、朋友及同輩的人）」。

　　另外亦可用無指定性別、親疏對象的第三人稱代名詞，如下：

- nó：他、牠（一般帶有貶義。也用於叫小孩子、無生命的它、動物）
　　複數的第三人稱則如下：
- họ：他們（只用於人）
- 第二人稱代名詞＋ta：此種「他們」聽起來會微微帶有不客氣的感覺，例：「anh ta、chị ta、cô ta」。

練習題

1. 請聽MP3，並回答下面的句子。

① A: Ông ấy làm nghề gì?

B: Ông ấy là _____.

A: Ông ấy làm việc ở đâu?

B: Ông ấy làm việc ở _____.

② A: Anh ấy làm nghề gì?

B: Anh ấy là _____.

A: Anh ấy làm việc ở đâu?

B: Anh ấy làm việc ở _____.

③ A: Chị ấy làm nghề gì?

B: Chị ấy là _____.

A: Chị ấy làm việc ở đâu?

B: Chị ấy làm việc ở _____.

單字

bệnh viện 醫院   **trụ sở đồn công an** 公安局

2. 請應用括弧裡的提示判斷，完成下面的句子。

① Anh Hùng là tài xế phải không? (Dạ, không phải / giám đốc)

→ _____.

② Anh và cô ấy đều là bác sĩ phải không? (Vâng / Dạ)

→ _____.

③ Em đang ở bưu điện phải không? (Dạ)

→ _____.

④ Em ấy có giỏi không? (Có)

→ _____.

⑤ Anh có phải là người Đài Loan không? (Dạ)

→ _____.

單字

bưu điện 郵局

3. 請重組句子，變成正確有意義的越南語（重組後字首大寫）。

① tôi / trường / Bách Khoa / Đại Học / ở / học

→ _____ .

② đâu / đấy / chị / đi

→ _____ .

③ làm / nghề / anh ấy / gì

→ _____ ?

④ không phải / là / cô ấy / bác sĩ

→ _____ ?

4. 請聽MP3音檔，並選出正確的答案。

① a. giáo viên   b. bác sĩ   c. kỹ sư   → _____

② a. bác sĩ   b. ca sĩ   c. đầu bếp → _____

③ a. nông dân   b. họa sĩ   c. nội trợ   → _____

單字

đầu bếp 廚師   **họa sĩ** 畫家   **nội trợ** 家庭主婦

5. 請將下列的句子翻譯成中文。

① Tôi đang làm việc ở Việt Nam.

→ _____ 。

② Anh đi đâu đấy?

→ _____ ?

③ Tôi và chị ấy đều là giáo viên.

→ _____ 。

④ Bạn có biết tiếng Việt không?

→ _____ 。

越南人總是開門見山打探他人隱私嗎？

筆者剛到台灣來後沒多久的時間裡，有一天，有一位台灣人主動跟我聊天，聊了一會兒後，我就問對方幾歲？當時對方覺得我很奇怪，怎麼剛認識就急著問對方年齡？

後來我才知道，似乎很多台灣人都有這樣吃驚的經驗。其實，這是我們越南生活文化中的一種習慣，如上一課有先談論過的，在越南語中的稱謂應用相當複雜，幾乎是 100% 要依自己與對方的輩份關係挑選稱謂。因此當與剛認識的陌生人展開對話時，為了避免失禮（特別是晚輩對長輩的稱呼時要格外留意），絕大多數的越南人都會先行詢問對方的年齡資訊，以便於得知該如何稱呼對方。（例如：如果 19 歲的越南人很久後才發現他叫了 38 歲的外國人是 em（弟弟、妹妹）時，內心裡可是會很過意不去的呀！）

另外，與越南人交談時，你除了能發現越南人會跟你詢問年齡資訊外，也多會直截了當地詢問更多像是「你做什麼工作呀？你結婚了沒呀？你有沒有男朋友，有沒有女朋友？你是哪裡人？你的父母是做什麼？家裡有幾個兄弟姊妹呀？」等許多外國人乍聽時會感覺隱私被侵犯的問題，感到相當地不習慣。特別是習慣尊重及保護個人隱私的台灣人們，在遇到時的當下請先別急著動怒喔！因為在越南人的成長社會中，人與人之間的對處是比較熱心與親切的，所以在我們固有的價值觀裡，當與你相遇的越南人開門見山就詢問這些問題時，其實他們多半是在開啟友好的第一步，想要多了解你、多關心你，並試著把你當自己人友善對待罷了。所以，希望本篇的說明能讓你了解，當你碰到「如此單刀直入的熱情」時，千萬不要在寶貴的跨國情誼中產生誤會喔！

❶ Gia đình anh có mấy người?
你家有幾個人？

❷ Anh bao nhiêu tuổi?
你幾歲了？

❸ Anh lấy vợ chưa?
你娶老婆了嗎？

❹ Anh ấy cái gì cũng không nói cho em biết, thì em biết phải tìm hiểu anh ấy thế nào?
他什麼都不讓我知道，我要怎麼了解他？

Gia đình anh có mấy người?

你家有幾個人？

重點文法

- đây / kia / đó 這／那／那
- đang 正…、正在…
- của 的
- rồi 了
- chưa 還沒；…了沒？
- đã 已經
- đã ... chưa 已經…了沒

更多學習

- 名詞修飾
- ra （理想預期）…得出
- xong …完
- hết …盡、…光、…完
- á （表達吃驚、悲傷的語氣詞）…啊
- vậy 這麼…、那麼…
- vẫn còn 依舊…、仍舊…、還…

★ 圖解本課單字

VB03-01.MP3　北音

VN03-01.MP3　南音

❷ bà nội　奶奶

❶ ông nội　爺爺

❹ bà ngoại　外婆

⓯ vẹt　鸚鵡

⓫ thú cưng　寵物

⓭ chó　狗

❺ 北 bố / 南 ba　爸爸

⓱ cá　魚

❸ ông ngoại　外公

⓲ cua　螃蟹

㉒ ếch　青蛙

㉓ ếch sừng　角蛙

60

6 mẹ 媽媽

10 em gái 妹妹

8 chị gái 姊姊

16 thỏ 兔子

12 mèo 貓

20 thằn lằn 守宮、壁虎

19 kỳ nhông 蜥蜴

7 anh trai 哥哥

21 rùa 烏龜

9 em trai 弟弟

14 chuột hamster 倉鼠

61

 **核心文法**

1 「đây / kia / đó」的用法

「đây / kia / đó」這三個是基本的指示代名詞：

đây	這	指靠近說話者的那邊
kia	那	指離說話者較遠的那邊
đó	那	指離說話者及聽話者都遠的那邊

Đây là con mèo của tôi.

這　是　隻　貓　的　我

這隻是我的貓。

Bệnh viện mẹ tôi làm ở kia.

醫院　　　媽媽　我　工作　在　那

我媽媽工作的醫院在那。

Đó không phải là cái tivi.

那　不是　　　　是　台　電視

那台不是電視。

2 「đang」的用法

「đang」是形容一件事正在進行中，等同於中文的「正…、正在…」。

Tôi đang học tiếng Việt.

我　正在　學　越南語

我正在學越南語。

Anh ấy đang tán gái / cua gái.

他　　　正在　把妹

他正在把妹。

Chị gái tôi đang nấu phở bò.

姊姊　　　我　正在　煮　牛肉河粉

我的姊姊正在煮牛肉河粉。

3 「của」的用法

「của」是表示所有格，等同於中文「的」的意思。

Cô giáo của tôi.

（女）老師　　的　我
我的（女）老師。

Đây là quyển / cuốn sách của tôi.

這　是　本　書　的　我
這是我的書。

Đây là mẹ của tôi.

這　是　媽媽　的　我
這位是我的媽媽。

4 「rồi」的用法

「rồi」一詞置於句尾，是用於表示前述的情事達到了完成的狀況，或是與原本的不同，產生了某一些改變，相當於中文句尾的「了」。

Chị gái tôi đã lập gia đình rồi.

姊姊　　我　已經 成立　家庭　　　了
我姊姊已經結婚了。

Em trai tôi tốt nghiệp rồi.

弟弟　　我　畢業　　　了
我弟弟畢業了。

Nghe anh ấy nói, tôi đã hiểu ra vấn đề rồi.

聽　他　　說　我　已經 了解 出　問題　　了
聽他講完後，我已經聽懂問題了。

5 「chưa」的用法

「chưa」有兩種用法，①是置於詞尾，提問事情是否已經完成或發生，等同中文的「…了嗎？」；②回應時，當用於句首的應答或置於動詞之前時，則是否定地表示是「還沒…」的意思。

A: Anh ăn cơm chưa?

你　　吃　飯　　了嗎
你吃飯了嗎？

B: Chưa, anh chưa ăn.

還沒　　我　　還沒　　吃
還沒，我還沒吃。

A: Anh ấy về lại Đài Loan chưa?

他　　　　回來　　台灣　　　　了嗎
他回來台灣了嗎？

B: Chưa, anh ấy chưa về lại Đài Loan.

還沒　　他　　　還沒　　回來　　台灣
還沒，他還沒回來台灣。

「chưa」還可以與「đã」搭配成「đã ... chưa」的句型。「đã」表示過去已完成或未來已決定的意思，即為中文的「已經」。「đã ... chưa」則是更加強調事情是不是已經完成，或是已經發生？，即「已經…了嗎？」的意思。

Anh đã có người yêu rồi.

我　　已經　有　情人　　　　了
我已經有女朋友了。

Nhà máy đã di dời đến Bắc Giang.

工廠　　　已經　遷移　　到　　北江
工廠已經遷到北江去了。

Em đã làm bài tập chưa?

你　已經　做　　作業　　了嗎
你已經寫好作業了嗎？

Trời đã sáng chưa?

天　　已經　光亮　　了嗎
天已經亮了嗎？

核心文法現學現賣

請動筆快速填入本課所學的文法，直接加強印象。

1 請直接填入意思分別為「這、那、（遠處）那」的「đây, kia, đó」。

★ _____ là con mèo của tôi. 這隻是我的貓。

★ Bệnh viện mẹ tôi làm ở _____. 我媽媽工作的醫院在那。

★ _____ không phải là cái tivi. 那台不是電視。

2 請直接填入意思為「正、正在…」的「đang」。

★ Tôi _____ học tiếng Việt. 我正在學越南語。

★ Chị gái tôi _____ nấu phở bò. 我的姊姊正在煮牛肉河粉。

3 請直接填入意思為「的」的「của」。

★ Cô giáo _____ tôi. 我的（女）老師。

★ Đây là mẹ _____ của tôi. 這位是我的媽媽。

4 請直接填入意思為「了」的「rồi」。

★ Em trai tôi tốt nhgiệp _____. 我弟弟畢業了。

★ Chị gái tôi đã lập gia đình _____. 我姊姊已經結婚了。

5 請直接填入意思分別為「（句首）還沒、了嗎？…」的「Chưa, chưa?」。

★ A: Anh ăn cơm _____? 你吃飯了嗎？

   B: _____, anh chưa ăn. 還沒，我還沒吃。

→ 請直接填入意思為「已經」的「đã」。

★ Nhà máy _____ di dời đến Bắc Giang.
工廠已經遷到北江去了。

★ Trời _____ sáng chưa? 天已經亮了嗎？

 北音 VB03-03.MP3

 南音 VN03-03.MP3

○ 請用「**đây / kia / đó**」的句型來練習下列的句子。

Cái ghế ở **đây**.
椅子在這裡。

Kia là ngôi nhà.
那是一間房子。

Đó là một cái bàn mới.
那是一張新的桌子。

單字

cái （桌、椅量詞）張
ghế 椅子
ngôi （房子量詞）間
nhà 房子、家
bàn 桌子
mới 新、新的

○ 請用「**đang**」的句型來練習下列的句子。

Tôi **đang** học Tiếng Việt.
我正在學越南語。

Chị ấy **đang** xem phim.
他正在看電影（電視劇）。

Anh ấy **đang** nói chuyện với bạn.
他正在跟朋友聊天。

單字

học 學
tiếng Việt 越南語
xem 看
phim 電影、電視劇
nói chuyện 說話、聊天
với 跟

○ 請用「**của**」的句型來練習下列的句子。

Máy tính **của** tôi.
我的電腦。

Đây là bạn trai **của** tôi.
這位是我的男朋友。

Kia là con mèo **của** tôi.
那隻是我的貓。

單字

máy tính 電腦
bạn trai 男朋友

○ 請用「**rồi**」的句型來練習下列的句子。

Tôi mua con mèo đó **rồi**.
我買下那隻貓了。

Anh ấy có gấu **rồi**.
他有情人了。

Chị ấy ly hôn **rồi**.
她離婚了。

TIP

「gấu」原意是熊，但是越南人將其引申比喻為「戀人」，男女皆可使用。

單字

ly hôn 離婚

○ 請用「**chưa** / **đã** / **đã .... chưa**」的句型來練習下列的句子。

A: Ông nội anh **đã** khỏi ốm / hết bệnh **chưa**?
你爺爺已經康復了嗎？

B: **Chưa**, ông nội anh **chưa** khỏi ốm / hết bệnh.
還沒，我爺爺還沒康復。

Anh **đã** kết hôn **chưa**?
你已經結婚了嗎？

Chị **đã** sinh con **chưa**?
妳生孩子了嗎？

Tôi **đã** làm bài tập xong rồi.
我已經寫好功課了。

Tôi **đã** uống hết hộp sữa đó.
我已經把那盒牛奶喝光了。

TIP

❶ 在越南北部「ốm」是指生病之意，但到了南部後就變成是「瘦」的意思了。　❷「動詞＋xong」及「動詞＋hết」的差別在於前者是指某事雖還沒結束，但動作做到一個段落便停止了；而後者是指某動作完全做到結束為止。

單字

北 **khỏi ốm** / 南 **hết bệnh** 康復

Kết hôn 結婚

sinh 生

con 孩子

xong …完

uống 喝

hết …完、…光

hộp （盒裝量詞）盒

sữa 牛奶

Lan: Đây là mẹ em.

Nam: Mẹ em á? Nhìn trẻ quá! Mẹ em năm nay bao nhiêu tuổi?

Lan: Mẹ em năm nay sáu mươi tư tuổi rồi. Vậy, gia đình anh có mấy người?

Nam: Gia đình anh có năm người, bao gồm có: bố / ba, mẹ, anh trai, chị gái và anh.

Lan: Anh trai và chị gái anh đang làm gì?

Nam: 北 Anh cả của anh đang làm ở ngân hàng Vietcombank, chị gái của anh đang dạy ở trường Đại học Quốc gia Hà Nội.

　　南 Anh hai đang làm ở ngân hàng Vietcombank, chị gái đang dạy ở trường Đại học Quốc gia Hà Nội.

Lan: Anh trai và chị gái của anh đã kết hôn chưa?

Nam: 北 Anh trai của anh đã kết hôn rồi, chị gái của anh vẫn còn độc thân.

　　南 Anh trai đã kết hôn rồi, chị gái vẫn còn độc thân.

阿蘭：這（位）是我媽。

阿南：你媽啊？看起來很年輕呀。你媽媽今年幾歲了？

阿蘭：我媽今年64歲了。那麼你家有幾個人啊？

阿南：我家有五個人，包括有：爸爸、媽媽、哥哥、姊姊和我。

阿蘭：你哥哥和你姊姊在做什麼（工作）？

阿南：我大哥在Vietcombank銀行工作，而我姊姊正在河內國家大學教書。

阿蘭：你哥哥跟你姊姊結婚了沒？

阿南：我哥已經結婚了，我姊姊則還是單身。

TIP

❶「á」是表達吃驚或悲傷的語氣詞，近似中文的「…啊」。

❷「vậy」是「這麼…、那麼…」的意思。（→11）

❸「vẫn còn」是「依舊、仍舊、還…」的意思。

單字

nhìn（專心地）看　**trẻ** 年輕　**năm nay** 今年　**bao nhiêu** 多少　**tuổi** 歲　**gia đình** 家庭、家人

mấy（詢問10以下的數量）幾　**bao gồm** 包括　**anh trai** 哥哥　**chị gái** 姊姊　**anh trai cả** 大哥

độc thân 單身、未婚

★ 第一次出現的句子

Năm nay bao nhiêu tuổi rồi? 今年幾歲了？

「bao nhiêu」一詞用於詢問某人事物的數目，一般是詢問預想為 10 以上的數目。

Gia đình anh có mấy người? 你家有幾個人？

「mấy」一詞用於詢問人某事物的數目，一般是詢問預想為 10 以下的數字。

★ 基本數字

không 0	một 1	hai 2	ba 3	bốn 4
năm 5	sáu 6	bảy 7	tám 8	chín 9
mười 10	mười lăm 15	hai mươi 20	hai mươi mốt 21	hai mươi bốn / hai mươi tư 24
hai mươi lăm 25	một trăm lẻ một / một trăm linh một 101	trăm 100	北 nghìn / 南 ngàn 1000	triệu 1000000
tỷ 1000000000				

一般只要把個位數及十位數記下後，便可自由組合應用，但是需記得下述的特殊規則：

❶ 超過 10 以後，5 變成「lăm」；超過 20 後，10 變成「mươi」；超過 20 後，1 變成「mốt」；
超過 20 後，4 同時並用「tư」及「bốn」，但「tư」較為常用。

999.999.999.999
tỷ 十億　　triệu 百萬　　nghìn 千

❷ 越南語的「北 nghìn / 南 ngàn 千」在應用時可上看三位數，中文的「萬」等於越南文的「10 個千」、中文的「十萬」等於越南文的「100 個千」。（跟英文一樣）

❸ 超過中文的「十萬」後，越南語的「triệu（百萬）」也是上看三位數，中文的「千萬」等於越南語的「10 個百萬」、中文的「億」等於越南語的「100 個百萬」。

❹ 超過中文的「億」後，越南語的「tỷ（十億）」也是上看三位數，中文的「百億」等於越南語的「10 個億」、中文的「千億」等於越南語的「100 個十億」。

❺ 越南語中的數字是用「.（小數點）」而非「,（逗點）」隔開。

✏️ 練習題

1. 請看圖及聽MP3，並填入正確的越南語單字。

A: Đây là cái gì?　　　　　　　　　　這是什麼？

B: Đây là _____.　　　　　　　這是 _____ 。

例 cái bàn　　　① _____　　　② _____

③ _____　　　④ _____　　　⑤ _____

2. 請依數字的提示，以越南文的數字回答出正確的數量。

① A: Mẹ anh bao nhiêu tuổi? (58)

→ Q: _____ tuổi.

② A: Vợ anh bao nhiêu tuổi? (32)

→ Q: _____ tuổi.

③ A: Anh có mấy cái bút / cái viết? (3)

→ Q: Tôi có _____ cái bút / cái viết.

④ A: Nhà anh có mấy người? (6)

→ Q: Nhà tôi có _____ người.

單字

北 cái bút / 南 cái viết
筆

70

解答：P.229

Bài 03

3. 請聽MP3，並完成下面的句子。

① Bây giờ, Linh _____ xem tivi.
現在阿玲正在看電視。

② Anh Kiệt _____ kết hôn _____?
傑哥結婚了嗎？

③ _____, tôi _____ đến công ty.
還沒，我還沒到公司。

④ Anh ấy mua nhà _____ chị Linh _____.
他買了玲姊的房子。

4. 請寫出下列數字的越南語。

① 24 _____   ② 41 _____
③ 105 _____   ④ 25.000 _____
⑤ 124.000 _____   ⑥ 1.000.000.000 _____

5. 請將下列的句子翻譯成中文。

① Tôi đang học Tiếng Trung ở Đài Loan.

→ _____ 。

② Đây là quyển / cuốn sách tiếng Việt của tôi.

→ _____ 。

③ Anh bao nhiêu tuổi?

→ _____ 。

④ Anh ăn xong chưa?

→ _____ 。

71

越南的十二生肖

越南也過農曆春節，每當春節到來，大家都會依據生肖命理的契合度，看適不適合在新的這一年生個能幫父母添福氣的孩子。十二生肖裡的十二種動物「鼠、牛、虎、貓、龍、蛇、馬、羊、猴、雞、狗、豬」在越南一樣不讓人感到陌生。不過…，咦！火眼金睛的你應該注意到了，越南的生肖中怎麼沒有兔，卻是用屬貓來替代呢？有一說是因為十二生肖是從

喵～我不一樣喲！

十二地支演變而來的，而第四地支的「卯」是漢越詞是「mão」，在相似訛音下流變成了「mèo」，因此第排行第四的生肖就變成了貓。另外，嚴格講起來，牛年的越南語用的是「trâu（水牛）」，不是「bò（牛）」這個用語喔！

因此談論生肖時，若越南人回答屬「貓」的話，也不用太過意外。越南語可以用動物跟地支詢問他人的生肖。要注意，如果問句是動物，就要用動物回答；如果問句是地支，就要用地支回答。

北音 VB03-06.MP3　　南音 VN03-06.MP3

【地支的問法】

A: Em tuổi gì? 你哪年生？（你屬什麼地支？）　　B: Em tuổi tuất. 我是戌年生的。（我屬戌年。）

地支的回達法 ➡ tý（子）、sửu（丑）、dần（寅）、mão（卯）、thìn（辰）、tỵ（巳）、ngọ（午）、mùi（未）、thân（申）、dậu（酉）、tuất（戌）、hợi（亥）

【動物的問法】 ※相信這種說法台灣人會聽了比較習慣。

A: Em tuổi con gì? 你屬什麼（動物）？　　B: Em tuổi con chó. 我屬狗。

動物的回達法 ➡ chuột（鼠）、trâu（水牛）、北 hổ / 南 cọp / 南 hùm（虎）、mèo（貓）、rồng（龍）、rắn（蛇）、ngựa（馬）、dê（羊）、khỉ（猴）、gà（雞）、chó（狗）、北 heo / 南 lợn（豬）

【其他有隱義的有趣動物越南語】

●gà（雞）：指用開玩笑的口吻形容一個人傻裡傻氣的樣子。

●cá sấu（鱷魚）：取 sấu 與 xấu（醜）字的諧音，形容人的長相醜陋。

●cáo già（老狐狸）：形容一個人很狡猾。

●dê（羊）：形容一個人很色。

Bài 04

Chúng ta có thể kết bạn Facebook được không?

我們可以加臉書好友嗎？

重點文法	更多學習	
● được 可以、能；被、得到	● nữa 再…	● nhất 最…
● có thể ... được không? 可以…嗎？	● trông 看起來	● như ... 如…、像…
	● cho 給	● trong 在…裡面
● để 為了、讓、放置、留	● chớ 別…	● đâu có 哪有呀！
● muốn 想	● phải 應該	● cho lắm 不太…
● vẫn 仍（是）	● làm sao? 幹什麼？、 幹嘛？、怎麼做？	● À, đối rồi…
● vẫn là 仍然（是）	● nhưng 但…	● đúng rồi 正確、沒錯、 你說對了
	● đi ... lại ... …來…去	● chứ （強烈地強調）當然要
		● đúng không 對嗎？

★ 圖解本課單字

VB04-01.MP3　VN04-01.MP3
北音　南音

❹ đăng bài　（社群網站上的）發文、貼文

❸ bài đăng　（名詞）貼文、網路文章

⓯ màn hình　螢幕

⓴ đèn bàn　檯燈

⓰ loa　喇叭

㉑ tai nghe　耳機

⓮ bàn phím　鍵盤

⓲ USB USB　隨身碟

⓱ điện thoại　電話機

⓳ máy in　印表機

⓭ chuột　滑鼠

⓬ ghế xoay　電腦椅

⓾ máy tính　電腦

⓫ laptop / máy tính xách tay　筆記型電腦

74

❻ **tin nhắn** 訊息、私訊

❶ **nhắn tin** 傳訊息

❽ **trạng thái** （社群網站的）動態；狀態

❾ **tên nick** （社群網站的）暱稱

❼ **ảnh đại diện** 大頭照

❺ **kết bạn** 加好友

❷ **chia sẻ** 分享

核心文法

1 「được」的用法

「được」有兩個意思。首先①是表示許可的「可以、能」的意思。例：

Mỗi ngày tôi học được một trăm từ mới.

| 每天 | 我 | 學 | 能 | 一 | 百 | 詞 | 新 |

每天我能學到100個生字。

Cái áo này chật quá, chị không mặc được nữa rồi.

| 件 | 衣服 | 這 | 緊 | 太 | 我 | 不 | 穿 | 能 | 再 | 了 |

這件衣服太緊了，我穿不下了。（字面：我沒辦法再穿進去了）

還能後接「không」，以「動詞／句子＋được không?」的句型表示徵詢他人意見的「好嗎？」、「可以嗎？」。

Em nhắn tin cho anh được không?

| 我 | 傳訊息 | 給 | 你 | 能 | 嗎 |

我可以傳訊息給你嗎？

通常還能與表示「可能」的「có thể」相結合，構成「có thể＋動詞／句子＋được không?」的常用句型，一樣表達出向他人徵詢「可以...嗎？」的意思。（例句子下方的小句子為回答方式）：

Bạn có thể chia sẻ bài đăng này được không?

| 你 | 可以 | 分享 | 篇文章（、貼文） | 這 | 能 | 嗎 |

你可以分享這篇文章嗎？

肯定 Được! 可以！ 否定 Không được! 不行！、不可以！

②則是被動式，即等同中文的「被」（但越南語中只形容正向事物），此用法亦可以理解成「得到（後述的物品或某一動作）」的意思。例如：

Tôi được cô giáo khen.

| 我 | 得到 | 女老師 | 誇獎 |

我被（女）老師誇獎。

Tôi được học bổng.

| 我 | 獲得 | 獎學金 |

我獲得獎學金。

> **TIP**
> 「nữa」是指狀況一再持續下去的意思，可當作「再」使用。
>
> **單字**
> **mỗi ngày** 每天
> **từ mới** 生字
> **cái** （量詞）個、（衣物）件
> **áo** 衣服
> **mặc** 穿
> **chật** 窄、緊

> **TIP**
> 「cho」是多義詞，在這裡是「給」的意思。（→ 12）

> **單字**
> **học bổng** 獎學金

② 「 **để** 」的用法

「để」有兩個意思。①是當連接詞用，指之所以進行前接的動作或行為，是為基於後述的理由，即「為了⋯」的意思。例：

Tôi học tiếng Việt là để đi Việt Nam du lịch.

我　　學　　越南語　　　　是　為了　去　越南　　　　　旅行

我學越南語是為了去越南旅行。

Tôi đến Đài Loan để học tập.

我　　來　　台灣　　　　　為了　學習

我來台灣是為了學習。

Tôi đi Việt Nam để thăm người thân.

我　　去　越南　　　　　為了　探視　　親人

我去越南是為了探親。

Tôi lên mạng để kiếm tài liệu.

我　　上網　　　　為了　找　　資料

我上網是為了查資料。

②單純當動詞使用時，同時具有「讓」、「放（置）」、「留」、「蓄（髮、鬍）」等意思。

Để em giúp anh.

讓　我　　幫　　你

讓我來幫你。

Để quyển / cuốn sách lên bàn.

放　本　　　　　　書　　　上　　桌子

把書本放在桌上。

Anh ấy để râu trông rất nam tính.

他　　　　留　鬍子　看起來　很　男性

他留鬍子看起來很有男人味。

Việc hôm nay chớ để ngày mai.

事　今天　　　　別　放　明天

今日事今日畢（今日的事別放到明天）。

3 「muốn」的用法

「muốn」是很重要的心理動詞，後接動詞或句子，表達對該內容的欲望，依句子的情況不同，可等同中文的「想…」或「想要…」。

Em muốn ăn gì?

妳　想　　吃　　什麼

你想吃什麼。

Em muốn anh phải làm sao?

妳　想　　我　得　　幹什麼

妳想要我幹什麼？

Anh ấy muốn kết bạn với tôi.

他　　　想　　加朋友　跟　我

他想跟我加好友。

TIP

❶「phải」後接理應要有的行為，故為「應該」的意思。（➔10）　❷「…làm sao?」用於句尾時，是「幹什麼？」、「幹嘛？」、「怎麼做？」的意思，語氣會有點不太客氣。

4 「vẫn」的用法

「vẫn」表示一個動作、狀態一直循環，從未停止過，亦未曾發生過任何的變化，即「仍（是）、仍然（是）」的意思，亦可使用「vẫn là」的句型。

Hôm nay có bão, nhưng họ vẫn đi làm.

今天　　　有　颱風　但　　　他們　仍　去　做

今天颱風來了，但他們仍去上班。

Tôi vẫn chưa đăng bài lên Facebook.

我　仍　還沒　登　篇　上　　臉書

我還沒在臉書上發文。

Nhìn đi nhìn lại em thấy bộ váy trắng vẫn là đẹp nhất.

看　去　看　來　我　覺得　套　裙子　白　　仍是　　美　最

看來看去我還是覺得白裙仍是最美的。

TIP

❶「nhưng」是連接詞，表示前後的內容關係相反，即為「但（是）」。
❷「動詞＋đi＋同一動詞＋lại」的句型，是指「…來…去」。（➔8）
❸「nhất」置於形容詞的後方，則是「最…」之意。

單字

đi làm 去工作、上班　**bão** 颱風　**trên** 上、上方　**thấy** 看到、感覺到　**bộ** 套　**váy** 裙子　**trắng** 白、白色

核心文法現學現賣

請動筆快速填入本課所學的文法，直接加強印象。

1 請直接填入意思分別為「可以、能；（正向的）被」的「**được**」。

★ Mỗi ngày tôi học _____ một trăm từ mới.
每天我能學到100個生字。

★ Tôi _____ cô giáo khen. 我被（女）老師誇獎。

→ 請直接填入意思為「可以⋯嗎？、能⋯嗎？」的「**có thể ... được không?**」。

★ Bạn _____ chia sẻ bài đăng này _____ ?
那台不是電視。

→ 請直接填入意思為「得到」的「**được**」。

★ Tôi _____ học bổng. 我獲得獎學金。

2 請直接填入意思為「為了⋯」的「**để**」。

★ Tôi lên mạng _____ kiếm tài liệu. 我上網是為了查資料。

★ Tôi đi Việt Nam _____ thăm người thân? 我去越南是為了探親。

→ 請直接填入意思分別為「讓；放置」的「**để**」。

★ _____ em giúp anh. 讓我幫你。

★ _____ quyển / cuốn sách lên bàn. 把書本放在桌上。

3 請直接填入意思為「想」的「**muốn**」。

★ Em _____ ăn gì? 你想吃什麼？

★ Anh ấy _____ kết bạn với tôi. 他想跟我加好友。

4 請直接填入意思為「仍（是）、仍然（是）」的「**vẫn**」。

★ Hôm nay có bão, nhưng họ _____ đi làm.
今天颱風來了，但他們仍去上班。

★ Tôi _____ chưa đăng bài lên Facebook. 我還沒在臉書上發文。

○ 請用「**được / có thể ... được không**」的句型來練習下列的句子。

Anh nhận **được** tin nhắn của em rồi.

我收到妳傳的訊息了。

Em **được** điểm 10.

我拿到了100分。

Anh **có thể** làm quen với em **được không**?

我可以認識妳嗎？

Em **có thể** cho anh Facebook của em **được không**?

妳可以給我妳的臉書嗎？

Bài đăng này **được** nhiều người chia sẻ.

這篇貼文得到許多人按分享。

TIP

台灣用數字算成績普遍是滿分是100分，但在越南時上限是10分（點）而已。

單字

nhận　收、收到
điểm　（成績的）…分
làm quen　認識
cho　給
nhiều　多

○ 請用「**để**」的句型來練習下列的句子。

Anh ấy làm như vậy **để** bảo vệ con mình.

他那麼做是為了保護自己的孩子。

Tôi đến Đài Loan **để** học tập.

我為了學習來到台灣。

Để con giúp mẹ.

讓我來幫妳（媽媽）。

Đây là công việc của em, anh phải **để** em tự làm.

這是我的工作，你得讓我自己做。

Cô ấy **để** tóc dài.

她留長髮。

TIP

「như」是連接詞，是「如…、像…」的意思。

單字

bảo vệ　保護、保衛
học tập　學習
công việc　（名詞）工作
tự làm　自己做
tóc　頭髮
dài　長

○ 請用「**muốn**」的句型來練習下列的句子。

Tôi **muốn** làm quen với cô ấy.
我想認識她。

Tôi **muốn** nhắn tin cho cô ấy.
我想傳訊息給她。

Tôi **muốn** thay ảnh đại diện.
我想換大頭照。

Tôi **muốn** đăng ký tài khoản Facebook.
我想申請臉書帳號。

Dĩ nhiên là tôi không **muốn** đi Mỹ rồi.
我當然不想去美國！

○ 請用「**vẫn / vẫn là**」的句型來練習下列的句子。

Em Nga **vẫn** chưa nhắn tin cho anh.
小娥還是還沒傳訊息給我。

Anh **vẫn** chưa gửi yêu cầu kết bạn cho em.
你還沒有寄好友邀請給我。

Mẹ **vẫn** mong con đi học cao học.
媽媽還是希望你去唸研究所。

Anh không chuyển nghề, **vẫn là** luật sư.
我沒轉行，還是在當律師。

Trong các món ăn Việt Nam, anh cảm thấy bún đậu mắm tôm **vẫn là** ngon nhất.
在各種越南料理中，我覺得仍是炸豆腐蝦醬米線最好吃。

單字

thay 換、更換
đăng ký 登記、申請
tài khoản 帳號
dĩ nhiên 當然
Mỹ 美國

TIP
「trong」是「在⋯裡面」的意思。（➡09）

單字

Nga （人名）娥
gửi 寄、寄發
yêu cầu 請求、要求
mong 希望、盼望
cao học 研究所
chuyển nghề 轉行、轉職
món ăn 料理、菜餚
cảm thấy 感覺
bún đậu mắm tôm 炸豆腐蝦醬米線
ngon 可口、美味

 北音 VB04-04.MP3   南音 VN04-04.MP3

Linh: Anh học tiếng Việt bao lâu rồi?

Jeff: Anh học Tiếng Việt cũng hơn một năm rồi.

Linh: Tại sao anh lại muốn học Tiếng Việt?

Jeff: Vì anh muốn khi đến Việt Nam du lịch, anh có thể dùng Tiếng Việt để giao tiếp và tìm hiểu về văn hóa Việt Nam.

Linh: Anh giỏi thật đó!

Jeff: Đâu có, phát âm của anh vẫn không được tốt cho lắm. À! đúng rồi, chúng ta có thể kết bạn Facebook được không?

Linh: Được chứ! Nick Facebook của anh là gì ạ? Đây là nick Facebook của em.

Jeff: Anh gửi lời mời kết bạn rồi đó! Tên nick Facebook của anh là Jeff Smith.

Linh: Em thấy rồi, đây là Facebook của anh đúng không ạ?

Jeff: Đúng rồi! Nick facebook của anh đó! Cảm ơn em đã đồng ý kết bạn Facebook với anh.

TIP

❶ 「đâu có」是對於他人提出的內容表示強烈否定的口語表現，近似中文的「哪有（呀！）」、「哪是（呀）」的意思。

❷ 「cho lắm」是指尚達不到前述性質狀態的表現，近似中文的「不太⋯」的意思。

❸ 「À」置於句首時，是突然想起某事要轉換話題時的驚嘆發語詞，如同中文的「對了⋯」的意思。

❹ 「đúng rồi」是很常聽到的口語肯定表現，等於中文的「正確、沒錯、你說對了」。

❺ 「chứ」接於單一動詞之後，作為他人問句的回覆時，表示強烈地強調做前述動作是理所當然之意。例：「đi chứ（當然要去）」。

❻ 「đúng」是「對」的意思，所以接上「không」以後，就形成了疑問句另一種「⋯對嗎？」的確認提問。

單字

bao lâu 多久　　**hơn** 超過　　**tại sao** 為什麼　　**lại**（加強語氣）又　　**vì** 因為　　**dùng** 用　　**giao tiếp** 交流、溝通

tìm hiểu 弄懂、了解　　**về** 關於　　**văn hóa** 文化　　**thật** 真　　**phát âm** 發音　　**tốt** 好　　**lời mời kết bạn** 交友邀請

đồng ý 同意

阿玲：你學越南語多久了？

傑夫：我學越南語一年多了！

阿玲：為什麼你想要學越南語？

傑夫：因為我想，當我去越南旅行時，我可以用越南語溝通和了解越南（當地）的文化。

阿玲：你好棒喔！

傑夫：哪有！我發音還不太好。啊！對了！我們可以加臉書好友嗎？

阿玲：可以啊！你的臉書帳號是什麼？這是我的臉書。

傑夫：我發好友邀請了呀！我的臉書暱稱是 Jeff Smith。

阿玲：我看到了，這是你的臉書對嗎？

傑夫：對，那就是我的臉書沒錯，謝謝你同意加妳臉書好友。

★ 第一次出現的句子

Anh học Tiếng Việt cũng hơn một năm rồi. 我學越南語一年多了！

　　句子中的「hơn」當接於數字之前時，是超越該數量，即「比…還多」、「超過」的意思。「a hơn b」的前後皆為名詞時，這時表示比較，即「比…、比起…」，「b」為比較對象，指「比起 b，a 更…」的意思。（➡ 7）

Tại sao anh lại muốn học Tiếng Việt? 為什麼你想要學越南語？

　　句子中的「lại」意義抽象，不易翻成中文，依情況可做「又」。意指於語氣上強調後述內容（在此強調「muốn học Tiếng Việt」→（強烈語氣問：為什麼想學越南語））。

Anh giỏi thật đó! 你好棒喔！
Anh gửi lời mời kết bạn rồi đó! 我發好友邀請了呀！
Nick facebook của anh đó! 這就是我的臉書沒錯！

　　這三個句子中的「đó」與之前作為指示代名詞時的意義不同，在這裡是做為前述內容的正確性、可靠性的語氣強調。如同中譯的「呀！；…了呀；就是…沒錯！」等意思。

練習題

1. 請看圖及聽MP3，並填入正確的越南語單字。

例 nhắn tin

① _____

② _____

③ _____

④ _____

⑤ _____

2. 請用「Có thể … được không?」的句型，完成下面的句子。

例 Chị / hát Tiếng Việt

→ <u>Chị có thể hát Tiếng Việt được không?</u>　　妳可以用越語唱歌嗎？

① Anh / nói Tiếng Việt

→ _____ ?

② Chị / giới thiệu anh ấy cho em

→ _____ ?

③ Bạn / chia sẻ giúp tôi

→ _____ ?

④ Em / nhắn tin cho anh.

→ _____ ?

解答：P.229

3. 請聽MP3，並完成下面的句子。

① Anh _____ ăn phở.   我想吃河粉。

② Hôm nay con _____ cô giáo khen.   今天（女）老師誇獎我。

③ _____ tôi giúp bạn.   讓我來幫你。

④ Tôi _____ mua nhà mới.   我得以買新房子。

4. 請聽MP3，並完成下方的對話。

A: Anh Hồng ơi, anh đi đâu đấy.

B: Anh đi học. Dạo này anh Ⓐ _____ học Tiếng Việt.

A: Anh học Tiếng Việt Ⓑ _____ làm gì?

B: Anh Ⓒ _____ học để có thể giao tiếp nói chuyện với người Việt Nam. Em Ⓓ _____ dùng Zalo cũ đó phải không?

A: Vâng / Dạ! Để em Ⓔ _____ cho anh.

B: Ok em, anh thấy Zalo rồi. Học tiếng Việt có vấn đề gì anh Ⓕ _____ hỏi em được không?

A: Không vấn đề ạ.

5. 請重組句子，變成正確有意義的越南語（重組後字首大寫）。

① muốn / tôi / một / mua / máy tính / cái

→ _____.

② dùng / thích / em / vẫn / Zalo

→ _____.

③ chủ động / anh / nên / nhắn tin / trước / cho / cô ấy

→ _____.

越南人的網路社交及應用

　　抬頭想想，越南人從每天日常在街頭巷尾的見面，開始轉進社群網站的時代約是距今 20 多年前的事。越南人相當喜歡用社群網站，大多數年輕人都會有自己的個人臉書帳號。在越南，目前用臉書比用 IG 流行，此外越南國內也比較常用越南自製的 Zalo 這個聊天軟體（越南人的用戶量相當地多，除了能以線上聊天之外，也可以留照片、心情短文，並搜尋近距離的用戶，可謂是越南版的 Line；若要學習越南語或與越南人交流，使用此軟體是一項不錯的選擇）。

　　越南民族親切熱情的天性一樣融合到各大社群網站的系統當中，越南人特別喜歡分享自己的限時動態、視訊、自拍、生活照等，也有很多人會在臉書上直播銷售或教學，好像整個越南的實際社會都搬進了虛擬的網路社會當中。以臉書為例，不少人在隱私面毫不避諱將帳號設為完全公開，因此即使你不認識一個人，在你搜尋到他後，你便有機會自由地一窺該人生活中的點點滴滴。

越南人普遍擅於應用網路交流

　　不論你在現實生活中認識到新的越南朋友，或是透過任何社交媒體結識新的朋友時，都可以很隨和地跟他要求加臉書或是 Zalo 的好友，這樣便能更快地了解對方，有事也比較好找，且通常不太會吃閉門羹。此外，一些越南人會在一連繫上之後，馬上大方地秀出自己的照片給你看，特別當對方是俊男美女時，請不要急著暈船，一般這只是因為我們越南人很熱情，覺得不止見面三分情，見照片也三分情，想讓你知道他的長相而已，通常沒有其他的意思。

　　既然要學越南語，就試著融入網路交流的世界吧！也許能遇到積極學中文的越南人，讓你的學習產生很大的助力及動力喔！

越南國產的通訊軟體－Zalo

北音 VB04-06.MP3　　南音 VN04-06.MP3

其他網路社會上常用的單字

thông báo 通知　　**thả thính** 放電　　**trẻ trâu** 小屁孩　　**thích** 讚　　**ấn like** 按讚　　**thả tim** 按大心　　**bình luận** 留言

Bài 05

Bây giờ là mấy giờ?

現在幾點了？

重點文法

- bao giờ 何時、什麼時候
- khi nào 何時、什麼時候
- lúc nào 何時、什麼時候
- bao lâu 多久
- từ ... đến ... 從⋯到⋯
- vừa 剛、剛剛、剛才
- vừa mới 剛剛、才剛
- mới 才

更多學習

- đi ... về 去⋯回來
- thôi 而已
- thì 對前述內容的敦促強調
- sau đó 然後
- rồi （兩句間的銜接）⋯後，再⋯
- trời (ơi) 天啊！
- chắc 應該⋯；想必⋯
- đấy （強調、提醒語氣詞）⋯啦、⋯呀

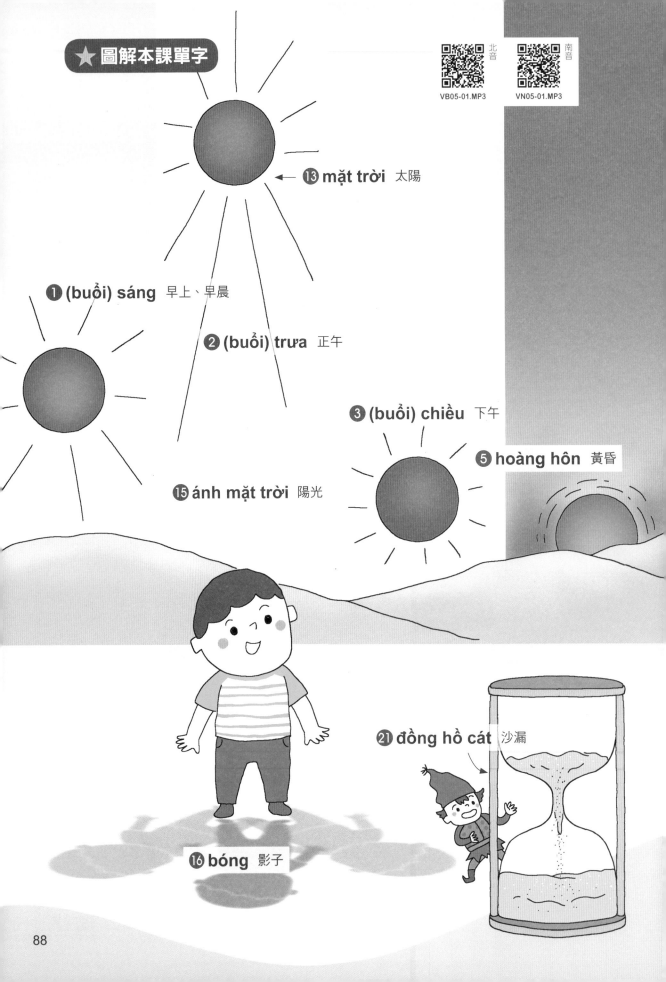

VB05-01.MP3　北音

VN05-01.MP3　南音

⑬ **mặt trời** 太陽

❶ **(buổi) sáng** 早上、早晨

❷ **(buổi) trưa** 正午

❸ **(buổi) chiều** 下午

❺ **hoàng hôn** 黃昏

⑮ **ánh mặt trời** 陽光

㉑ **đồng hồ cát** 沙漏

⑯ **bóng** 影子

6 **bình minh** 黎明

12 **mặt trăng** 月亮

11 **ngôi sao** 星星

4 **(buổi) tối** 晚上

14 **ngân hà** 銀河

7 **đêm** 深夜

17 **đồng hồ** 時鐘

18 **kim dài** 長針

22 **đồng hồ (đeo tay)** 手錶

19 **kim ngắn** 短針

20 **kim giây** 秒針

8 **giờ** （時間的）…點、…時

10 **giây** …秒

9 **phút** （時間的）…分

06:12 05 AM

89

核心文法

1 「bao giờ / khi nào / lúc nào」的用法

　　這三個詞彙是詢問時間的用語，為「何時？什麼時候？」的意思，可以分別置於句首及句尾，時態上的表達就有所不同。當置於句首時，詢問的要點則是行動等在未來的什麼時間點會（要）發生。

Bao giờ anh về Nhật Bản?

什麼時候　　　你　　回　日本
你什麼時候回日本？

Khi nào anh về Nhật Bản?

什麼時候　　　你　　回　日本
你什麼時候回日本？

Lúc nào anh về Nhật Bản?

什麼時候　　　你　　回　日本
你（最近）什麼時候回日本？

　　以上三句的前提，被詢問的對象是發問者知道對方還沒回日本，在問對方未來何時會回日本的情況。而當置於句尾時，表示用來詢問行動等在過去已經發生的時間。

A: Anh sang Việt Nam bao giờ?

你　　過到　　越南　　　什麼時候
你什麼時候到越南的？（受話者已經人在越南）

B: Tuần trước.

週　　　前
上個星期。

A: Em về khi nào?

你　回　什麼時候
你什麼時候回來的？

B: Em về tối qua.

我　回　昨晚
我昨晚回來。

A: Anh đến lúc nào?

你　到　什麼時候
你什麼時候到的？

B: Anh vừa đến.

我　　剛　到
我剛到。

　　其中「lúc nào」的語感上指一個時間的定點，或離發生的時間較為接近。

TIP

「vừa」接於動詞前有「剛」的意思。本課4號文法會有更詳細的說明。

單字

sang 到

tuần trước 上週

tối qua 昨晚

2 「bao lâu」的用法

「bao lâu」是表示「詢問某行動發生了多長時間」的用語,一般接於該發生的行動的敘述句之後(偏句尾處)。

Anh đã ở Việt Nam bao lâu rồi?

你　　已經　在　越南　　　　多久　　　了

你已經在越南多久了?

Anh sẽ ở Việt Nam bao lâu (nữa)?

你　　將會　在　越南　　　　多久　　　(再)

你將會在越南多久?

Anh đi Việt Nam bao lâu?

你　　去　越南　　　　多久

你要去越南多久?

3 「từ ... đến ...」的使用法

「từ ... đến ...」是指自一個起點至一個終點的用法,之間可以是表示某情況或現象開始發生到結束的時間,也可以是指起始地點到結束的地點。即等於中文的「從…到…」。

Từ nhà tôi đến công ty mất khoảng 30 phút.

從　家　我　到　公司　　花　　大約　　　30　分鐘

從我家到公司要花約30分鐘的時間。

Tôi làm từ 8 giờ sáng đến 5 giờ chiều.

我　做　從　8　點　早上　　　　到 5 點　下午

我的工作時間是從早上8點到下午5點。

Từ nhà tôi đến bệnh viện đi bộ cũng rất nhanh.

從　家　我　到　醫院 走路　　　也 很　快

從我家走路到醫院也很快。

TIP

「làm」雖然是「做」的意思,但多數像此例句的情況中,已經變成「(動詞)工作」的簡略說法。

單字

mất 花費;失去

khoảng 約、大約

đi bộ 走路

nhanh 快

「**vừa / vừa mới / mới**」的用法

　　「vừa」、「vừa mới」、「mới」三者皆有「剛、剛剛、剛才」相關的意思。後面依序說明（本單元皆只說明副詞之用法部分），表示事情在很短的時間前才發生，相當於中文的「剛剛」、「剛才」。

Tôi vừa đến được một lát.

我　　剛　　到　　得　　　　一會兒

我剛到一會兒。

Chúng em vừa đi xem phim về.

我們　　　　　　剛　去　看　電影　　回

我們剛去看電影回來。

Em vừa ăn cơm xong.

我　　剛　吃　飯　　完

我剛吃完飯。

TIP

「đi ... về」是常用的用法，便是指「去…（做了某事之後）回來」的意思。

單字

chúng em
（對尊長講話時的）我們

một lát 一會兒、一下子

　　「vừa mới」，與「vừa」相比，感覺上動作行為、事情的時間距離發話的時間又更加接近，相當於中文的「才剛」。

Tôi vừa mới họp xong.

我　　才剛　　　　開會　完

我剛開完會。

Chị ấy vừa mới ra khỏi nhà.

她　　　　才剛　　　　離開　　家

她才剛離開家。

單字

họp 開會

ra khỏi 離開、脫離

　　「mới」依詞性不同時意義也相異。當副詞也是「才」、「剛」之意。

Tôi mới mua điện thoại.

我　　剛　買　　手機

我剛買手機。

Tôi mới học tiếng Việt 4 tháng.

我　　才　學　越南語　　　4　月

我才剛學4個月的越南語。

Em và chị ấy mới gặp nhau vài lần thôi.

我　跟　她　　　才　見　互相　幾　回　而已

我跟她才見過幾次面。

TIP

「thôi」於詞尾時指程度不大或數量不多，相似於中文「而已」。（→07）

單字

điện thoại 電話、手機

tháng
月、（前接數詞）…個月

nhau 互相

vài lần 幾次

核心文法現學現賣

請動筆快速填入本課所學的文法，直接加強印象。

1 請直接填入意思分別為「何時、什麼時候」的「**bao giờ, khi nào, lúc nào**」。

★ _____ anh về Nhật Bản? 你什麼時候回日本？

★ _____ anh về Nhật Bản? 你什麼時候回日本？

★ _____ anh về Nhật Bản? 你（最近）什麼時候回日本？

> **→ 請直接填入意思分別為「（行動已發生的）什麼時候」的「bao giờ, khi nào, lúc nào」。**

★ Anh sang Việt Nam _____?
你什麼時候到越南的？（受話者已經人在越南）

★ Em về _____? 你什麼時候回來的？

★ Anh đến _____? 你什麼時候到的？

2 請直接填入意思為「多久」的「**bao lâu**」。

★ Anh đi Việt Nam _____. 你要去越南多久？

★ Anh đã ở Việt Nam _____ rồi. 你已經在越南多久了？

3 請直接填入意思為「從…到…」的「**từ ... đến ...**」。

★ _____ nhà tôi _____ công ty mất khoảng 30 phút.
從我家到公司要花約30分鐘的時間。

★ Tôi làm _____ 8 giờ sáng _____ 5 giờ chiều.
我的工作時間是從早上8點到下午5點。

4 請依序分別直接填入意思為「剛、剛剛、剛才」的「**vừa, vừa mới, mới**」。

★ Tôi _____ ăn cơm xong. 我剛吃完飯。

★ Tôi _____ đến được một lát. 我剛到一會兒。

★ Tôi _____ họp xong. 我剛開完會。

★ Chị ấy _____ ra khỏi nhà. 她才剛離開家。

★ Tôi _____ mua điện thoại. 我剛買手機。

★ Tôi _____ học tiếng Việt 4 tháng. 我才剛學4個月的越南語。

核心文法練習

○ 請用「**bao giờ / khi nào / lúc nào**」的句型來練習下列的句子。

Bao giờ em lấy chồng?
妳什麼時候要結婚？

Em thức dậy **bao giờ**?
妳什麼時候起床的？

Khi nào thì con mới đi đánh răng?
你什麼時候才要去刷牙？

Con rửa mặt **khi nào**?
你什麼時候洗臉的？

Lúc nào bạn về Việt nam.
什麼時候你要回越南？

Bạn làm bài tập này **lúc nào**?
你什麼時候做這個功課的？

> **TIP**
> 「thì」有許多的意義，在此做前述內容的語氣強調。以例句中的「Khi nào thì...」就是強調「Khi nào」，使句子產生「你倒底什麼時候才要…」的敦促語感。

> **單字**
> **thức dậy** 起床
> **đánh răng** 刷牙
> **rửa mặt** 洗臉
> **lấy chồng** （女性）結婚、嫁
> **làm** 做
> **bài tập** 功課

○ 請用「**bao lâu**」的句型來練習下列的句子。

Anh sẽ đi **bao lâu**?
你會去多久？

Em làm việc ở đây **bao lâu** rồi?
你在這工作多久了？

Em học **bao lâu** rồi?
你學多久了？

Anh thích em **bao lâu** rồi?
你喜歡我多久了？

Con chơi game **bao lâu** rồi?
孩子打電玩打多久了？

> **單字**
> **chơi game** 打電玩

◯ 請用「**từ ... đến ...**」的句型來練習下列的句子。

Tôi đi bộ **từ** nhà **đến** trường.
我走路從家裡到學校。

Từ nhà tôi **đến** công ty đi bộ mất 20 phút.
從我家到公司走路要花20分鐘。

Từ lúc tôi và anh ấy chia tay **đến** giờ, tôi vẫn chưa yêu ai.
從我跟他分手開始到現在，我一直沒愛過其他人。

Từ giờ **đến** tết Nguyên đán tôi phải tiết kiệm tiền để về Việt Nam ăn tết.
從現在到過年為止，我得省點錢回越南過年。

Từ đây **đến** đó.
從這裡到那裡。

單字

lúc 時刻
chia tay 分手
giờ 現在、此刻
yêu 愛
tết Nguyên Đán 過年
tiết kiệm 節省
tiền 錢
ăn tết 過年

◯ 請用「**vừa, vừa mới, mới**」的句型來練習下列的句子。

Em **vừa** đi ngắm hoàng hôn về.
我剛去觀賞晚霞回來。

Anh **vừa mới** biết tin chị Quyên mang thai từ đêm hôm qua.
我從昨天深夜開始才知道到娟姊懷孕的消息。

Tới buổi tối hôm qua em **mới** biết anh ấy là người Đài Loan.
到了昨天晚上我才知道他是台灣人。

Buổi trưa chúng em **mới** ăn phở bò xong.
中午我們才剛吃了牛肉河粉。

TIP

「hoàng hôn」一般是指「黃昏」，但是在這的句子中指的黃昏時天空昏紅之美，故翻成「晚霞」。

單字

ngắm 觀賞
hoàng hôn 黃昏
tin 消息
Quyên （人名）娟
mang thai 懷孕
tới 到

Dũng: Linh ơi! Buổi sáng cậu / bạn thường thức dậy lúc mấy giờ?

Linh: Tớ / Mình thường dậy lúc 6 giờ. Tớ / Mình dậy sớm để tập thể dục, sau đó đánh răng, rửa mặt, ăn sáng rồi đi học.

Dũng: Cậu / Bạn thường tập thể dục trong bao lâu?

Linh: Tớ / Mình thường tập thể dục khoảng 30 phút.

Dũng: Cậu / Bạn học từ mấy giờ đến mấy giờ?

Linh: Tớ / Mình học từ 8 giờ đến 11 giờ. À, Dũng ơi, bây giờ là mấy giờ rồi?

Dũng: Bây giờ là 8 giờ kém 15 phút rồi.

Linh: Trời! Đồng hồ của mình hỏng / hư rồi, bây giờ mới bảy rưỡi.

Dũng: Vậy thì nhanh lên. Chắc vẫn kịp giờ đấy.

TIP

❶「sau đó」是指某事物、狀況接續在前述內容之後的連接詞，即中文的「然後」。

❷ 之前學過的「rồi」當中文的「了」使用，但此會話中「ăn sáng rồi đi học（吃完早餐後去上學）」是將動作承先啟後之意，故為「…後，再…」的意思。

❸「Trời」是「天」的意思，為越南人對事物感到驚異時習慣性開口的發語詞，也常說「Trời ơi」，即「天啊！」。

❹「chắc」用於對後述的事物在推測後，認為具有相當高的可能性，即等同中文的「應該…；想必…」之意。

❺「đấy」是強調、提醒前述句子內容的語助詞，類似中文的「啦、呀」。

單字

thường 常　**mấy giờ** 幾點　**dậy** 起床　**sớm** 早　**ăn sáng** 吃早餐　**đi học** 上學　**tập** 練習　**thể dục** 運動

bây giờ 現在　**kém** 差、少　**đồng hồ** 時鐘、手錶　北 **hỏng** / 南 **hư** 壞掉　**rưỡi** 半　**nhanh lên** 快一點

kịp 來得及

阿勇：小玲啊！妳早上通常幾點起床？

阿玲：我通常6點起床。我為了做運動所以起得早，然後會刷牙、洗臉、吃早餐接著就去上課。

阿勇：妳通常會運動多久？

阿玲：我通常會運動大約30分鐘。

阿勇：你上課從幾點到幾點？

阿玲：我的課是從8點到11點。啊，阿勇呀！現在幾點了？

阿勇：現在是7點45分了（差15分8點了）。

阿玲：哎啊！我的手錶不準了，現在才7點半。

阿勇：那麼就快一點去上課，應該還來得及呀！

★ 第一次出現的句子

Bây giờ là mấy giờ (rồi)? 現在幾點（了）？

　　這句話是用來詢問時間的金句，使用頻率極高，請特別記下。

Bây giờ là 8 giờ kém 15 phút rồi. 現在是 7 點 45 分（差 15 分 8 點了）。

　　這句話也可以使用「Bây giờ là 7 giờ 45 phút rồi.」來表達。越南語在表達時間時，除了可以直敘時間之外，如果是超過半點（30 分）時，如會話句一樣，也可以使用 60 分倒減出來的差來表示當下的時間。

★ 時間的表現法

　　越南語的時間順序表現與中文相同，是以「... giờ（點）... phút（分）... giây（秒）」來表現，例：

　　4 點 17 分 20 秒 → 4 giờ 17 phút 20 giây

　　11 點 42 分 29 秒 → 11 giờ 42 phút 29 giây 或 12 giờ kém 18 phút 29 giây

　　另外，時間的「半點」是「rưỡi」，即等同中文「1 點半」裡的「半」。此外，「小時數」是「... tiếng」與「... tiếng đồng hồ」，例：「1 tiếng」及「1 tiếng đồng hồ」，都是指「1 個小時」。

更多相關詞彙

không bao giờ 從沒有、從不	ít khi 很少	thỉnh thoảng 有時	hay / thường 經常	luôn / luôn luôn 總是

練習題

1. 請聽MP3，並填入正確的時間。

A: Bây giờ là mấy giờ?　　　　　　　　　現在是幾點？

B: Bây giờ là _____.　　　　　　　　現在是 _____ 。

例 8 giờ 5 phút 　　　　① _____ 　　　　② _____

③ _____ 　　　　④ _____ 　　　　⑤ _____

2. 請聽MP3音檔，並完成下方的句子。

① Vì đồng hồ của tôi _____ 15 phút nên tôi đến _____.

因為我的鬧鐘慢了 15 分鐘，所以我遲到了。

② Bạn _____ đi làm lúc mấy giờ?

你常常幾點去工作？

③ Em học tiếng Việt _____ mấy giờ _____ mấy giờ?

你從幾點開始到幾點學越南語？

④ Anh ấy rất chăm chỉ _____ đi làm muộn / trễ.

他很認真，很少遲到。

⑤ Chị ấy ngủ dậy _____ 7 giờ 30 phút.

她在 7 點 30 分的時候起床。

3. 請重組句子，變成正確有意義的越南語（重組後字首大寫）。

① anh ấy / bao giờ / mới / Mỹ / đi

→ _____ ?

② về / vừa / anh ấy / Việt Nam / hôm qua

→ _____ .

③ chị / lúc nào / gửi / báo cáo / tôi / cho

→ _____ ?

④ tôi / mẹ / tivi / thích / xem / vào / buổi tối

→ _____ .

⑤ làm ơn / bây giờ / mấy giờ / là / cho / hỏi / tôi

→ _____ .

⑥ muộn / trễ / không bao giờ / đi học / anh ấy

→ _____ .

4. 請聽MP3，並完成下方的對話。

A: Ngọc ơi! Buổi sáng cậu / bạn đều dậy Ⓐ _____ mấy giờ?

B: Ⓑ _____ giờ.

A: Trời! Cậu / Bạn dậy sớm thế để làm gì?

B: À, tớ / mình tập thể dục, sau đó tắm gội rồi ăn sáng.

A: Thế Ⓒ _____ cậu / bạn đi học?

B: Ⓓ _____ rưỡi.

A: Cậu / Bạn học _____ mấy giờ _____ mấy giờ?

B: Tớ / Mình học từ 8 giờ đến 12 giờ.

A: Cậu / Bạn giỏi thật. Tớ / Mình không thể làm như cậu / bạn được.

tắm gội 淋浴、沐浴

99

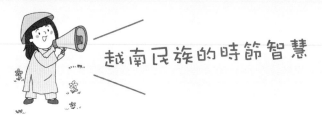

越南語中，有這麼一句俗話：

> *"Đêm tháng năm chưa nằm đã sáng,*
> *Ngày tháng mười chưa cười đã tối."*

「五月的夜裡，還沒躺下，天就已經亮了。
十月的白天，還沒笑，天已經黑了。」

「…還沒躺，天就亮？還沒笑，天就黑？…」，乍看（聽）到這句俗語時，是不是感到莫名其妙呢？到底在講什麼呢？

其實這是一句相當有內涵的話，主要除了表達時間之變化之外，也有規勸人們好好把握時間的深義在。第一句的「還沒躺下天就亮了」和第二句的「還沒笑天就黑了」，分別用以強調大自然中白天和黑夜的長度及其持續的時間。五月的夜晚時間變化很快，讓人們感覺一闔眼，天色就瞬間來到了黎明破曉的時分，於是人們便開始籌劃新的一天的工作。到了第二句「十月的白天，還沒笑，天已經黑了」，十月是冬天的月份，在這段時間裡，晝短夜長，人們不論玩樂或工作都要把握好時間，因為天很快就會黑了，但也因此獲得了更充沛的睡眠時間。

其實這整句話不必去挑剔字面上為什麼是「未躺天已亮、未笑天已黑」的道理，會這麼說只是單純地利用詼諧的押韻方式分別去將「năm（五）、nằm（躺）」、「mười（十）、cười（笑）」湊合起來的，並進而形容這個晝夜恆常的自然規律而已。

同時，這句話也提醒著人們適時地分別安排晝長夜短或晝短夜長時的工作時程。尤其是在農村，適時地掌握日夜的可用時間，更能幫助農民們的農產豐收。這句俗語極富天文日夜的寶貴知識，自從越南有了這句話起，它也帶給人們生活作息的智慧。因此，在越南，不論男女老少幾乎人人都知道這句俗語，並了解它的重要意義。

Hôm nay là ngày bao nhiêu?

今天是幾號？

重點文法

- **sắp** 就要、快…、快要
- **sắp ... chưa** 快…了嗎？
- **chỉ ... thôi** 只…而已
- **thôi ...** 算了
- **... nhỉ** …對吧？
- **vào ...** 在…（時間、日期）

更多學習

- **... đâu** 加強否定，表示前述之事不會發生的語氣
- **vào** 在（時間、日期）…
- **nghe nói** 聽說
- **giống** 像…
- **mà** 但…
- **hay** 常

★ 圖解本課單字

⓫ lịch / 北 quyển lịch / 南 cuốn lịch 日曆

VB06-01.MP3　VN06-01.MP3

❸ **Tết Dương lịch** 陽曆新年、國曆新年

❶ **tết Nguyên đán** 農曆新年

❷ **Tết Âm lịch** 陰曆新年

❾ **Tết ông Công ông Táo** 祭灶節

⓬ **lịch tháng** 月曆

❹ **Giỗ tổ Hùng Vương** 雄王節

2023　4
日一二三四五六

⓮ **lịch treo tường** 掛曆

㉒ **ngày lễ** 節日

㉕ **lễ hội** 慶典

❼ **Lễ Giáng Sinh** 聖誕節

❽ **Tết Trung thu** 中秋節

❿ **Tết Nguyên Tiêu / Rằm tháng Giêng** 元宵節

⓭ **lịch năm** 年曆

2023 年

⓰ **năm** 年

1 2 3 4

⓱ **tháng** 月

5 8

⓲ **ngày** 日

9 10 1

⓯ **lịch để bàn** 桌曆

㉓ **ngày tốt nghiệp** 畢業日

⓳ **ngày thường** 平日

⓴ **ngày làm việc** 工作日

㉑ **ngày nghỉ** 假日

㉔ **ngày kỷ niệm cưới** 結婚紀念日

❺ **Ngày Nhà giáo Việt Nam** 越南教師節

❻ **Ngày Phụ nữ Việt Nam** 越南婦女節

核心文法

1 「sắp」的用法

「sắp」表示某行為的進行或某狀態的產生與現在相距的時間相當短暫，幾乎馬上就要發生的意思。相當於中文的「就要」、「快…」、「快要」。（句型為「（主語）＋sắp＋動詞」）

Anh ấy sắp đến rồi.
他　　　快　到　了
他快到了。

Tôi sắp được đi du lịch.
我　快　可以　　去　旅行
我快可以去旅行了。

Sắp đến sinh nhật anh ấy rồi.
快　到　生日　　　　他　　了
快到他的生日了。

Trời sắp mưa rồi.
天　快　雨　了
天快要下雨了。

單字
sinh nhật 生日
mưa 雨

「sắp」也常與「chưa」結合，構成「主語＋sắp＋（動詞）＋chưa?」的句型，變成詢問他人某動作或狀態是否即將發生，即「快…了嗎？」的意思。（句子下方的小句子為回答方式）

Chị ấy sắp đến chưa?
她　　　快　到　了嗎
她快到了嗎？
肯定 Rồi 快到了！　否定 Chưa. 還沒！

Bạn làm sắp xong chưa?
你　做　快　好　了嗎
你快做好了嗎？
肯定 Rồi 快做好了！　否定 Chưa. 還沒！

單字
xong … 完

2 「chỉ ... thôi」的用法

「chỉ」是指對內容表示限定，即「只」的意思；「thôi」在上一課中有簡單提到過，指表示程度不大或數量不多，即「而已」，當兩者合併為「chỉ ... thôi ...」時，就等於是中文「只⋯而已」、「只不過是⋯而已」的意思。

Anh chỉ yêu em thôi.

我 只 愛 妳 而已
我只愛你而已。

Tôi chỉ xem anh ấy như một người bạn bình thường thôi.

我 只 看 他 如 一 人 朋友 平常 而已
我只是把他當成一般朋友而已。

Một năm có bốn mùa nhưng tôi chỉ thích mùa xuân thôi.

一 年 有 四 季 但 我 只 喜歡 春天 而已
一年有四季，但我只喜歡春天而已。

Tôi chỉ nói vậy thôi, anh đừng có nghĩ quá nhiều.

我 只 說 那樣 而已 你 勿 有 想 太過 多
我只不過是說說而已，你不要想太多。

Cuối tuần tôi chỉ thích ở nhà thôi.

週末 我 只 喜歡 在 家 而已
週末我只喜歡待在家裡而已。

當「thôi」置於句首時，則有指停下某動作，不再繼續的意思，相似於中文「不了」、「算了」的意思。

Thôi, em không ăn nữa đâu.

不了 我 不 吃 再 囉（加強否定的語氣）
不了，我不再吃了！

Thôi, bạn đừng nói gì nữa đi.

不了 你 別 說 什麼 再 吧（提議、請求等語氣詞）
算了，你別再說了吧！

單字

bình thường 一般、平常

bốn mùa 四季

mùa xuân 春天

nói 說

đừng 別⋯、勿⋯

nghĩ （思考的）想、思考

cuối tuần 週末

TIP

「đâu」置於句尾時，是作為強調否定前述內容（不會再進行或發生）的意思。

3 「nhỉ」的用法

　　「nhỉ」是置於疑問句的句尾，表示提出自己的看法、評價或進一步與對方確認，希望得到他人同意的語氣詞，話語中帶有委婉的語氣。相似於中文的「⋯，對吧？」。

Năm nay ngày lễ tình nhân vào tết Nguyên Đán nhỉ?

今年　　　情人節　　　　　　於⋯時段　　　過年　　　對吧
今年情人節在過年期間對吧？

Nghe nói miền Nam Việt Nam không có mùa đông nhỉ?

聽說　　南部　　越南　　　沒有　　　冬天　　　對吧
聽說越南的南部沒有冬天對吧？

Thời tiết của Hà Nội giống Đài Loan nhỉ?

天氣　　　的　越南　　像　　台灣　　　　對吧
河內的天氣很像台灣對吧？

TIP

❶「vào」在當時間介詞，為「在（時間、日期）」之意。 ❷「nghe nói」就跟其字面「聽、說」一樣，是指從別處聽來的傳聞，即「聽說⋯」的意思。 ❸「giống」是「像⋯」的意思。（➡ 7）

單字

ngày lễ tình nhân
情人節

thời tiết 天氣、氣候

mùa đông 冬天

4 「vào」的用法

　　「vào」有許多的用法，在這裡先介紹介詞的用法，通常用於時間、日期之前，表示指定該時間點，可以理解成「在⋯（日期、時間）」。

Tết dương lịch vào ngày 1 tháng 1.

陽曆年　　　　　　在於　日　1　月　　1
元旦是一月一日。

Tôi học tiếng Việt vào thứ Hai, thứ Tư, thứ Sáu.

我　學　越南語　　在於　禮拜一　　禮拜三　　禮拜五
星期一、三、五，我會去學越南語。

Giỗ tổ Hùng Vương vào ngày 10 tháng 3 âm lịch.

雄王節　　　　　　　在於　日　10　月　3　農曆
雄王節是農曆三月十號。

TIP

越南的日期寫法跟台灣不同，越南會從小的日期單位開始寫，也就是「日、月、年」的順序。

單字

thứ Hai 星期一

thứ Tư 星期三

thứ Sáu 星期五

âm lịch 農曆、陰曆

核心文法現學現賣

請動筆快速填入本課所學的文法，直接加強印象。

1 請直接填入意思為「就要、快…、快要」的「**sắp**」。

★ _____ đến sinh nhật anh ấy rồi. 快到他的生日了。

★ Trời _____ mưa rồi. 天快要下雨了。

2 請直接填入意思為「只…而已、只不過是…而已」的「**chỉ ... thôi**」。

★ Cuối tuần tôi _____ thích ở nhà _____.
週末我只喜歡待在家裡而已。

★ Một năm có bốn mùa nhưng tôi _____thích mùa
xuân _____. 一年有四季，但我只喜歡春天而已。

★ Tôi _____ nói vậy _____, anh đừng có nghĩ quá nhiều.
我只不過是説説而已，你不要想太多。

→ **請直接填入意思為「不了、算了」的「thôi」。**

★ _____, bạn đừng nói gì nữa đi. 算了，你別再説了吧！

3 請直接填入意思為「…，對吧？」的「**nhỉ**」。

★ Thời tiết của Hà Nội giống Đài Loan _____?
河內的天氣很像台灣對吧？

★ Nghe nói miền Nam Việt Nam không có mùa đông _____?
聽説越南的南部沒有冬天對吧？

4 請直接填入意思為「在…（日期、時間）」的「**vào**」。

★ Tết dương lịch _____ ngày 1 tháng 1. 元旦是一月一日。

★ Giỗ tổ Hùng Vương _____ ngày 10 tháng 3 âm lịch.
雄王節是農曆三月十號。

核心文法練習

⭕ 請用「**sắp / sắp ... chưa**」的句型來練習下列的句子。

Sắp sinh nhật bạn rồi bạn muốn tôi tặng quà gì nào?

你的生日快到了，你想要我送什麼？

Sắp tết đến nơi rồi mà chưa làm được gì.

快過年了，但什麼都還沒做。

Em **sắp** tới rồi.

我快到了。

Bạn **sắp** đi làm **chưa**?

你要去上班了嗎？（你快要去上班了沒？）

Anh **sắp** tốt nghiệp **chưa**?

你要畢業了嗎？（你快要畢業了沒？）

TIP

「mà」在此當逆接詞，形容前述的句子狀態前提下，事實卻是與前述狀態相左的情況，為「但…」的意思。

單字

tặng 送

quà 禮物

đến nơi 來臨、將近

⭕ 請用「**chỉ ... thôi**」的句型來練習下列的句子。

Anh **chỉ** yêu em **thôi**.

我只愛你而已。

Em **chỉ** nói thế **thôi**, anh đừng cho là thật.

我只是說說而已，你別當真。

Em **chỉ** hay suy nghĩ linh tinh **thôi**, sẽ không có chuyện gì đâu.

你只是常胡思亂想而已，不會有什麼事的。

Em **chỉ** thích xem phim Hàn Quốc **thôi**.

我只喜歡韓國電影（韓劇）而已。

Anh ấy **chỉ** thích ở nhà đọc sách **thôi**.

他只喜歡在家看書而已。

TIP

「hay」當副詞後修飾動詞時，表示頻繁進行後述動作，即「常…」的意思。

單字

cho là thật 當真

suy nghĩ linh tinh
胡思亂想

chuyện 事

phim Hàn Quốc
韓劇、韓國電影

đọc sách 讀書

○ 請用「**nhỉ**」的句型來練習下列的句子。

Đẹp **nhỉ**?
很漂亮，對吧？

Cô ấy có đến không **nhỉ**?
（親切委婉的口吻）她會不會來啊？

Mùa hè ở Việt Nam nóng **nhỉ**.
越南的夏天真熱吧！

Tặng quà gì cho anh ấy được **nhỉ**?
（親切委婉的口吻）送他什麼禮物好呢？

Cô ấy hay đi mua sắm **nhỉ**.
她很常去購物吧！

單字

mùa hè 夏天
nóng 熱
mua sắm 購物

○ 請用「**vào**」的句型來練習下列的句子。

Tôi học lớp tiếng Anh **vào** các buổi tối thứ Hai, thứ Tư, thứ Sáu.
在星期一、三，五的晚上我會去上英文課。

Sinh nhật của tôi **vào** mùa thu.
我的生日在秋天。

Tôi thường nấu ăn **vào** 8 giờ tối.
我常在晚上八點煮飯。

Uống nước ấm **vào** mỗi buổi sáng tốt cho sức khoẻ.
每天早上喝溫水對身體好。

Tôi thường đi đánh cầu lông **vào** mỗi cuối tuần.
每個週末我常去打羽毛球。

TIP

之前學過「在」什麼地方時用「ở」，但是「在」什麼時間點的情況下，則是要使用「vào」。

單字

mùa thu 秋天
nấu ăn 煮飯
nước ấm 溫水
mỗi 每
sức khoẻ 健康
đánh cầu lông 打羽毛球

實戰會話

Nam: À, Lan ơi! Hôm nay là ngày bao nhiêu nhỉ?

Lan: Hôm nay là mùng 10. Sao thế?

Nam: Sắp sinh nhật Mai rồi, em có dự định gì chưa?

Lan: Sinh nhật Mai là ngày mấy nhỉ? Em quên mất ngày sinh nhật của bạn ấy rồi.

Nam: Tuần sau là sinh nhật Mai, sinh nhật Mai vào ngày 19 tháng 8 đó!

Lan: Anh không nhắc em cũng quên mất. Hay hai đứa mình làm bánh sinh nhật tặng Mai đi.

Nam: Em biết làm **bánh ga tô / bánh kem** à? Giỏi vậy!

Lan: Em chỉ biết một chút thôi, em cũng thích nấu ăn và làm **bánh ga tô / bánh kem**, nhưng bận nên cũng không có thời gian làm.

Nam: Anh không biết làm bánh, em có thể dạy anh không?

Lan: Không vấn đề, làm xong ba đứa chúng mình cùng đi ăn lẩu để chúc mừng sinh nhật Mai luôn.

Nam: Ừ, chắc Mai sẽ vui lắm!

TIP

在北方，蛋糕的「bánh ga tô (bánh gato)」是源自於「嫉妒（ghen ăn tức ở）」的流行語。

單字

ngày 日　**mùng**（前十天的日期計算詞）初⋯　**dự định** 打算、預定　**quên mất** 忘記　**ngày sinh nhật** 生日
tuần sau 下週　**tháng** 月　**nhắc** 提醒　**đứa**（親密或輕視的人的量詞）個、人　🔼 **bánh ngọt** / 🔽 **bánh kem** 蛋糕
thời gian 時間　**một chút** 一點點　**bận** 忙　**không vấn đề** 沒問題　**cùng đi** 一起去、結伴同行
ăn lẩu 吃火鍋　**chúc mừng** 祝福、慶祝

阿南：啊，阿蘭！今天是幾號啊？

阿蘭：今天是十號（初十）。怎麼了？

阿南：快要到阿梅的生日了，妳有什麼打算了嗎？

阿蘭：阿梅的生日是什麼時候呀？我忘記她的生日了。

阿南：在下一週，8月19日就是阿梅的生日。

阿蘭：你不提醒我也忘了，還是我兩個一起做生日蛋糕送阿梅吧！

阿南：你會做蛋糕呀，太厲害了！

阿蘭：我只會一點而已，我也喜歡做菜和做蛋糕，但很忙所以也沒有時間做。

阿南：我不會做蛋糕。妳可以教我嗎？

阿蘭：沒問題，做完之後我們一起去吃火鍋慶祝阿梅的生日吧。

阿南：嗯！阿梅應該會很開心的。

★ 第一次出現的句子

Hôm nay là mùng 10. 今天是十號（初十）。

　　類似中文也有「初一到初十」的說法，在越南語裡也有「mùng / mồng」這樣的表現。

例：「mồng 5 初五」。此用法一樣不會超過 10，不會有「mồng 11、mồng 11」的表現。

★ 其他日期問法

詢問星期（thứ）：Hôm nay là thứ mấy? 今天是星期幾？

詢問日（ngày）：Hôm nay là ngày mấy? 今天是幾號？

詢問月（tháng）：Tháng này là tháng mấy? 這個月是幾月？

詢問完整日期（ngày và tháng）：Hôm này là ngày mấy tháng mấy? 今天是幾月幾日？

詢問年（năm）：Năm nay là năm bao nhiêu? 今年是哪一年？

★ 星期的說法

thứ Hai	thứ Ba	thứ Tư	thứ Năm	thứ Sáu
星期一	星期二	星期三	星期四	星期五

thứ Bảy	Chủ nhật
星期六	星期日

 **練習題**

 北音 VB06-05.MP3　南音 VN06-05.MP3

1. 請聽MP3，並填入正確的時間。

A: Hôm nay là ngày mấy tháng mấy?　　今天是幾月幾日？

B: Hôm nay là _____ .　　今天是 _____ 。

例 ngày 12 tháng 1　① _____　② _____

③ _____　④ _____　⑤ _____

2. 請在下列的題目中，在適當的位置添加時間介詞「vào」並重新完成句子。

① Chúng tôi bắt đầu học tiếng Việt tuần này.

→ _____ .

② Chúng tôi sẽ học đàn tháng sau.

→ _____ .

③ Tôi gặp cô ấy sáng nay.

→ _____ .

④ Tôi thường nấu ăn cuối tuần.

→ _____ .

單字
bắt đầu 開始
học đàn 學琴、學樂器

解答：P.230

Bài 06

3. 請重組句子，變成正確有意義的越南語（重組後字首大寫）。

① sắp / đến / rồi / chị ấy / sinh nhật

→ _____ .

② Linh / làm việc / ở / ngân hàng / từ / bắt đầu / tuần trước

→ _____ .

③ Việt Nam / về / anh / vợ anh / và / khi nào

→ _____ ?

④ chỉ / có / tôi / thời gian / vào / thôi / cuối tuần

→ _____ .

⑤ tuần này / thứ bảy / em / xem phim / anh / đi / với / nhé

→ _____ .

4. 請將下列的句子翻譯成中文。

① Hôm nay là thứ Hai.

→ _____ 。

② Tôi sắp về Việt Nam rồi.

→ _____ 。

③ Hôm qua là ngày bao nhiêu nhỉ?

→ _____ ?

④ Tuần này tôi chỉ rảnh vào cuối tuần.

→ _____ 。

⑤ Ba mươi tháng tư là ngày gì?

→ _____ ?

⑥ Em ấy chỉ thích ca sĩ Hàn Quốc thôi.

→ _____ 。

越南的教師節

　　台灣與越南都有教師節。台灣的教師節與數千年前的孔子有著深厚的淵源，而一樣被漢化過的越南，你可能會以為越南的教師節亦是如此。然而事實不然，越南教師節是近百年來一個簡稱名為「FISE」的教師工會國際總會的提倡推動之下而訂立的，所以日期不同，訂立於每年的11月20日。

越南教師節來臨時，就會有各種不同的慶祝活動

　　越南的教師節與台灣的教師節有什麼不同的呢？「嗯！教師節呀⋯沒什麼特別的⋯」，在與台灣友人的對談中筆者有觀察到，因為它只紀念但沒放假，所以感覺台灣人總是比較無感，但⋯對越南人來說，教師節可是一個大肆慶祝，會讓外國人跌破眼鏡的超級大節！

　　越南的教師節自前一個月起，各項慶祝的活動準備便會於全國各級學校中如火如荼地展開。到了當天，不但不需要上課，到校的所有師生都只需要參與學校準備氣氛高漲的歌唱、表演比賽就好，並趁此機會校方會進行表揚優良師生的頒獎典禮，弄得大家都欣喜若狂。

　　歡樂的時光會在中午前劃上休止符，接著老師們便急急忙忙地趕回家中，因為到了下午，學生們就會絡繹不絕地前往老師家中祝賀獻花贈禮，那熱鬧的場景跟農曆新年訪視親友可是不相伯仲的。而學生們帶去的禮物中，花是最基本的款項，所以一大早在學校附近會有很多商人去擺攤賣花，一搶教師節的商機。此外，一般學生也都還會另外再準備衣飾、包包、鞋類等禮物聊表對老師平日關愛的感激及 Tôn sư trọng đạo（尊師重道）的心意。因此，每年教師節的這一天，與許多國家不同，對越南人來說意義非凡！

　　這裡教你如何祝賀越南教師節：

 北音

 南音

VB06-06.MP3　　VN06-06.MP3

1. Chúc mừng ngày nhà giáo Việt Nam（祝福越南教師節快樂！）

2. Một chữ cũng là thầy, nửa chữ cũng là thầy. Nhân ngày 20/11, em chúc thầy luôn mạnh khỏe, hạnh phúc và gặt hái được nhiều thành công trong sự nghiệp trồng người.（直譯：一字為師、半字為師。於此 11 月 20 日之際，謹祝老師健康、幸福、百年樹人的事業有成。）

3. Nhân ngày Nhà giáo Việt Nam 20/11, em xin gửi đến thầy cô lời cảm ơn chân thành. Kính chúc thầy cô luôn luôn mạnh khỏe và hạnh phúc để luôn mang đến cho chúng em ngày càng nhiều bài học hay và bổ ích.（直譯：於此 11 月 20 日越南教師節之日，本人向老師們致上誠摯的謝意。謹祝老師們健康快樂，並帶給我們更多更有意義的教學課程。）

Bài 07

Hôm nay trời nắng và nóng.

今天的天氣晴朗又熱！

重點文法

- cả (A) và (B) / cả (A) lẫn (B) / cả ... （A）跟（B）都…
- bằng 如同…、與…相同
- hơn 比（起）…，更…
- giống / giống nhau / giống như 像…／與…一樣、與…相像／像是…、好像…

更多學習

- lại 卻…
- không bằng 與…不同
- sắp 快要、將要
- nên 所以
- hay 還（是）
- hay là 還是
- tính 預計、打算
- thì …，就…；…的話，…
- nhớ 記得（要）…

★ 圖解本課單字

VB07-01.MP3　北音
VN07-01.MP3　南音

⑳ núi 山

❶ bốn mùa 四季

⑳ cây 樹

❷ mùa xuân 春季、春天

㉓ cỏ 草

㉔ hoa 花

⑬ mát mẻ 涼快

❸ mùa hạ 夏季、夏天

❻ trời nắng 放晴；晴天

⑲ biển 海

❿ nóng 熱

⓫ oi bức 悶熱

116

⑮ **mây** 雲

❽ **trời râm** 多雲；陰天

❹ **mùa thu** 秋季、秋天

⑮ **gió** 風

⑱ **hồ** 湖

⑰ **nước** 水

❺ **mùa đông** 冬季、冬天

❼ **trời mưa** 下雨；雨天

⑭ **ẩm ướt** 潮濕

⑫ **ấm áp** 溫暖

❾ **lạnh** 冷

⑯ **lửa** 火

核心文法

VB07-02.MP3　VN07-02.MP3

1 「cả (A) và (B) / cả (A) lẫn (B) / cả ...」的用法

「cả」本身有強調一個完全性、整體性的意思，因此在不同的場合下可以解釋出「整（個）…」、「連…」等不同的中文來。但是這裡是與「và」連成一個「cả (A) và (B)」的句型，即強調整個 (A) 與 (B) 為同樣性質的一主體，可以往「整個 (A) 跟 (B)」聯想，即成為了「（(A) 跟 (B)）都（全都是）…」的意思。

Cả tôi và Linh đều thích đi du lịch.

全部　我　　跟　玲　都　　喜歡　去　旅行

我跟小玲都喜歡去旅行。

Cả Trang và Lâm đều thích trời râm.

全部　妝　　和　林　都　喜歡　多雲

小妝跟小林都喜歡陰天。

Thời tiết ngày mai có cả mưa và sương mù.

天氣　　　　明天　　有　整　雨　和　霧

明天的天氣會下雨和起霧。

此外，也可以使用「cả (A) lẫn (B)」的句型，意思是完全相同的。

Anh ấy đăng ký cả lớp tiếng Anh lẫn lớp tiếng Trung.

他　　　報名　全部　班　英文　　　和　班　中文

英文跟中文班他全都報名了。

Anh ấy đầu tư thất bại, mất cả chì lẫn chài.

他　　　投資　失敗　　失去　整　鉛塊　和　魚網

他投資失敗，賠了夫人又折兵。

只使用「cả ...」的句型，則指「全部的…（都…）」的意思。

Cả ba ngày đó trời đều râm.

全部　三　日　那　天　都　陰

那三天都是陰天。

單字

thời tiết 天氣、氣候

sương mù 霧

TIP

「Mất cả chì lẫn chài」是慣用語，原意是魚網跟綁在魚網上添重的鉛塊都一同落入了海底無法取回，意思相似於中文的「賠了夫人又折兵」、「血本無歸」。

單字

đầu tư 投資

thất bại 失敗

chì （化學元素）鉛；鉛塊

chài 魚網

118

2 「bằng」的用法

　　「bằng」一詞有許多字義，本課先說明其作為形容詞的用法之一。指描敘前述的內容其程度、性質與後述的內容相等、一樣。相似於中文的「如同…」、「與…相同」等意思。

Tôi cao bằng An.

我　高　等同　安

我跟阿安一樣高。

Điểm thi của tôi bằng điểm thi của anh ấy.

分數　考試　的　我　等同　分數　考試　的　他

我跟他同分（我考試的分數和他的一樣）。

Tiền điện tháng này của tôi bằng với tháng trước.

錢　電　這個月　的　我　等同　與　上個月

這個月的電費跟上個月的電費是一樣的。

單字

cao 高
thi 考試
tiền 錢
tiền điện 電費
tháng này 這個月
tháng trước 上個月

3 「hơn」的用法

　　「hơn」表示比較，常用「(B) hơn (A)」的句型，後面的 (A) 為程度較低的比較對象，表示前述的內容 (B) 比後述的內容程度更高。即等於「比（起）…(A)，(B) 更…」的意思。

Mùa đông ở Hà Nội lạnh hơn mùa đông ở Đài Bắc.

冬天　在 河內　冷　比較　冬天　在 台北

河內的冬天比台北的冬天還冷。

Mùa hè năm nay nóng hơn mùa hè năm ngoái.

夏天　今年　熱　比較　夏天　去年

今年的夏天比去年的夏天熱。

單字

mùa đông 冬天
Đài Bắc 台北
mùa hè 夏天
năm ngoái 去年

　　「hơn」之後亦可不接內容，此時僅表示前述的內容程度更高。

Anh ấy chăm chỉ hơn.

他　認真　比較

他比較認真。

單字

chăm chỉ 認真

「giống / giống nhau / giống như」的用法

　　「giống」是用在形容前述的內容其性質與後述的內容相似，等同中文「像…」的意思，並可延伸出「giống nhau」跟「giống như」的用法。首先來看「giống」的使用。

Anh ấy giống mẹ anh ấy hơn.

他　　　像　　媽媽 他　　　比較
他比較像他媽。

　　「giống nhau」則是指相互一樣的意思。

Anh ấy và mẹ anh ấy giống nhau.

他　　和　媽媽 他　　　一樣
他和他媽媽一樣。

　　跟「如同…」意思的「như」結合成「giống như」時，則變成了性質上相像的「像是…、好像…」的意思。

Đã tới tháng Một rồi, nhưng thời tiết lại nóng

已經 到 一月 了 但 天氣 卻 熱

giống như tháng Sáu.

好像 六月
已經一月了，但天氣卻熱得像是六月一樣。

TIP

「lại」在此當副詞用，是逆接詞「卻…」的意思。

單字

tới 到

thời tiết 天氣

　　「giống như」與第1課提過的「hình như」翻成中文時會一樣，但事實上的意義不同，使用時的比較如下：

Con gà đó giống như là gà Đông Tảo.

隻 雞 那 好像 是 雞 東早
那隻雞好像是東早雞。（指的是客觀描述長相等看起來判斷是隻東早雞）

Con gà đó hình như là gà Đông Tảo.

隻 雞 那 好像 是 雞 東早
那隻雞好像是東早雞。（指的是也許因沒看清楚或記憶模糊等，用情況判斷那可能是隻東早雞）

TIP

「gà Đông Tảo」是越南的一種具有巨大雞腳的特色品種雞。坊間多稱為「東濤雞」，但本書依「Đông Tảo」的漢越詞譯為「東早雞」。

核心文法現學現賣

請動筆快速填入本課所學的文法，直接加強印象。

1 請依序分別直接填入意思分別為「（A）跟（B）都（全都是）…」的「cả (A) và (B) / cả (A) lẫn (B)」。

★ _____ tôi _____ Linh đều thích đi du lịch.
我跟小玲都喜歡去旅行。

★ Anh ấy đầu tư thất bại, mất _____ chì _____ chài.
他投資失敗，賠了夫人又折兵。

2 請直接填入意思為「如同…、與…相同」的「bằng」。

★ Tôi cao _____ An. 我跟阿安一樣高。

★ Điểm thi của tôi _____ điểm thi của anh ấy.
我跟他同分（我考試的分數和他的一樣）。

3 請直接填入意思為「比（起）…（A），（B）更…」的「hơn」。

★ Mùa đông ở Hà Nội lạnh _____ mùa đông ở Đài Bắc.
河內的冬天比台北的冬天還冷。

★ Mùa hè năm nay nóng _____ hơn mùa hè năm ngoái.
今年的夏天比去年的夏天熱。

> → 請直接填入意思為「表示前述內容程度更高」的「hơn」。

★ Anh ấy chăm chỉ _____. 他比較認真。

4 請依序分別直接填入意思為「像…」的「giống」。

★ Anh ấy _____ giống mẹ anh ấy hơn. 他比較像他媽。

★ Anh ấy và mẹ anh ấy _____ nhau. 他和他媽媽一樣。

> → 請直接填入意思為「像是…、（性質）好像…」的「giống như」。

★ Đã tới tháng Một rồi, nhưng thời tiết lại nóng _____ tháng Sáu.
已經一月了，但天氣卻熱得像是六月一樣。

 請用「**cả (A) và (B) / cả (A) lẫn (B) / cả ...**」
的句型來練習下列的句子。

Hôm nay **cả** Hà Nội **và** TP. HCM đều rất nóng.
今天河內跟胡志明市都很熱。

Ngày mai **cả** tôi **và** Linh đều không có ở nhà.
明天我跟阿玲都不在家。

Tháng sau **cả** Nhật Bản **lẫn** Ý đều có
tuyết rơi.
在下個月日本跟義大利都會下雪。

Tôi muốn có **cả** điện thoại **lẫn** máy ảnh.
手機和相機我都想要。

Chị ấy dám chửi **cả** cấp trên của mình.
連自己的上司她都敢辱罵。

TIP
「TP.」是「Thành phố」
的簡寫,「TP. HCM」的
全稱為「Thành phố Hồ
Chí Minh」,書面體上常
見這樣書寫。

單字
TP. HCM 胡志明市
Ý 義大利
tuyết rơi 下雪
máy ảnh 相機
dám 敢
chửi 辱罵
cấp trên 上級、上司、高
層

請用「**bằng**」的句型來練習下列的句子。

Nhiệt độ hôm nay **bằng** nhiệt độ hôm qua.
今天的溫度跟昨天的溫度是一樣的。

Tiền tiêu vặt của anh ấy **bằng** 3 tháng
tiền nhà của tôi.
他的零用錢跟我三個月的房租一樣多。

Lượng nước mưa hôm nay **bằng** hôm qua.
今天的降雨量跟昨天的一樣。

Gió Đài Bắc không lớn **bằng** Tân Trúc.
台北的風沒有新竹的風大。

Hôm nay Phú Thọ không lạnh **bằng** Hà Nội.
今天富壽沒有像河內一樣冷。

TIP
當「bằng」使用否定形
時,「không」必須置於
前述形容詞之前。

單字
nhiệt độ 溫度、氣溫
tiền tiêu vặt 零用錢
tiền nhà 房租
lượng nước mưa
降雨量
gió 風
lớn 大
Tân Trúc 新竹
Phú Thọ (越南地名)富壽省

○ 請用「**hơn**」的句型來練習下列的句子。

Hôm nay nóng **hơn** hôm qua.
今天比昨天熱。

Đợt bão này mạnh **hơn** đợt bão trước.
這次的颱風比上次的颱風強。

Năm nay lũ lụt nghiêm trọng **hơn** năm trước.
今年的淹水比去年的淹水還嚴重。

Anh ấy suy nghĩ thấu đáo **hơn**.
他想得比較周到。

單字

đợt （颱風定期的量詞）場、次
trước 先前、之前
mạnh 強、強烈
lũ lụt 淹水、水患
nghiêm trọng 嚴重
thấu đáo 周到

○ 請用「**giống / giống nhau / giống như**」的句型來練習下列的句子。

Thiết kế nhà bạn **giống** thiết kế nhà tôi.
你家的設計跟我家的設計是一樣的。

Thời tiết của miền Bắc Việt Nam thật **giống** với thời tiết của Đài Bắc Đài Loan.
越南北部的天氣跟台灣台北的天氣很像。

Bạn và Mai thật **giống nhau** đều không ăn cay.
你和小梅兩個人真像都不吃辣。

Anh ấy và tôi **giống nhau**, đều không thích trời mưa.
他跟我一樣，都不喜歡下雨天。

Dung mạo em nhìn **giống như** bà nội anh khi trẻ.
妳長得很像我奶奶年輕的時候。

單字

thiết kế 設計
cay 辣
dung mạo 容貌、長相
bà nội 祖母、奶奶
trẻ 年輕

Chi: Tớ / Mình sắp đi Việt Nam du lịch, nên muốn hỏi cậu / bạn thời tiết ở Việt Nam dạo này thế nào?

Nam: Cậu / Bạn đi du lịch ở miền Bắc hay miền Nam? Vì thời tiết 2 miền không giống nhau.

Chi: Vậy hả, tớ / mình tính đi Hà Nội.

Nam: Hà Nội là miền Bắc, miền Bắc giống với Đài Loan một năm có 4 mùa. Bây giờ ở miền Bắc đang là mùa hạ trời nắng và nóng lắm, nhiệt độ khoảng 35 độ C.

Chi: Vậy thời tiết mùa hạ ở đó nóng bằng mùa hạ ở Đài Loan. À, cậu / bạn thích mùa nào nhất?

Nam: Cả tớ / mình và vợ tớ / mình đều thích mùa thu nhất, vì mùa thu mát mẻ, sau đó là mùa xuân. Mùa xuân ấm áp hơn, nhưng khi trời mưa thì rất ẩm ướt và khó chịu.

TIP

❶「sắp」是「快要、將要」之意。（→07）

❷「nên」為多義詞，在本課表示後述內容為果，為「所以」之意。

❸「hay」是「還（是）」的意思，另有「hay là」也是同義。

❹「tính」是預計做某件事情，並在思考後找到解決方案，亦為「打算」的意思。

❺當前述是一個條件的狀態時，「thì」之後就表述條件的結果，即近中文的「…，就…」、「…的話，…」。

單字

hỏi 問　**dạo này** 最近　**miền Bắc** 北方　**miền Nam** 南方　**mùa Hạ** 夏季、夏天　**độ C** …度C

mùa Thu 秋季、秋天　**mùa Xuân** 春天　**khó chịu** 難受

阿芝：我快要到越南去玩了，所以想問你最近越南的天氣怎麼樣？

阿南：妳是要去北部還是南部旅行呢？因為兩邊的氣候不一樣。

阿芝：是喔！我是打算去河內。

阿南：河內是北部，像台灣一樣一年中有四季。現在在北方正好是夏天，太陽又大又熱的，溫度大概35度。

阿芝：那麼那邊的夏天就像夏天一樣。對了，你最喜歡哪個季節？

阿南：我跟我老婆都最喜歡秋天，因為秋天很涼快。其次是春天，春天很溫暖但下雨的時候就因為很潮濕而讓人感到不舒服。

★ 大自然會帶來的災害

世界各地都會遇到天災的襲擾，越南也不例外。所以整理一些天災的說法：

lũ lụt 淹水、水災	hạn hán 旱災	bão 颱風	động đất 地震	sóng thần 海嘯
sạt lở đất 土石流	mưa đá 冰雹	cháy rừng 森林大火	bệnh dịch 瘟疫	nạn châu chấu 蝗害
bão cát 沙塵暴	lốc xoáy 龍捲風	xâm nhập mặn 土壤鹽化	đợt lạnh 寒流	áp thấp nhiệt đới 熱帶性氣壓

★ 額外的小常識

「bão」如上述是颱風的意思，但是當深入越南生活聽到越南人提到「đi bão」的時候，那又是另外一個意思了。由於越南是一個很風靡足球的國家，當越南足球隊比賽獲勝的時候，許多人都會集體騎機車上街拉著越南國旗遊行慶祝，那個車海相接緩慢行進的樣子，就像颱風在天氣圖上那樣迴旋行進的樣子，所以就被比喻成「đi bão（去參加颱風）」。

 **練習題**

1. 請聽MP3，並填入正確的答案。

A: Hôm nay thời tiết thế nào?　　　　今天的天氣如何？

B: Hôm nay thời tiết rất _____.　　今天的天氣 _____。

例 lạnh

① _____

② _____

③ _____

④ _____

⑤ _____

2. 請將下列的句子翻譯成越南文。

① 他比我老。

→ _____.

② 越南的夏天比台灣熱。

→ _____.

③ 我跟她一樣高。

→ _____.

④ 英文跟中文班他全都報名了。

→ _____.

解答：P.231

Bài 07

3. 請重組句子，變成正確有意義的越南語（重組後字首大寫）。

① nắng / phải không / hôm nay / trời

→ _____ ?

② độ / bao nhiêu / hôm nay

→ _____ ?

③ hôm nay / lạnh / hôm qua / hơn

→ _____ .

④ thích / mùa đông / tôi / cả / mùa xuân / lẫn

→ _____ .

⑤ anh ấy / đều / giống nhau / và / tôi / thích / mùa thu

→ _____ .

⑥ Mai / không / đều / cay / bạn / và / thật / giống nhau / ăn

→ _____ .

4. 請聽MP3，並填入空格中的字，完成下面的句子。

① Tôi cao _____ Linh.
我跟小玲一樣高。

② Ngày mai _____, em ra ngoài nhớ mang theo ô / dù.
明天會下雨，妳外出時要記得攜帶雨傘。

TIP
「nhớ」是「記得（要）…」的意思。(➡14)

③ Hôm nay _____ hôm qua.
今天比昨天還熱。

④ Mùa xuân trời _____, mùa thu trời mát mẻ.
春天溫暖，秋天涼爽。

單字
mang theo 攜帶
北 ô / 南 dù 雨傘

⑤ Nhiệt độ hôm nay _____ hôm qua.
今天的溫度像昨天一樣。

127

越南地理與季節與天氣概況

大家腦子裡的越南，是什麼樣的地理天候呢？許久之前，我曾經聽過台灣友人的高齡長輩說：「越南呀！那是熱帶國家，全國上下熱得要命的地方。」，聽到這裡身為北方出身，自幼飽受春、夏、秋、冬時節交替所洗禮的筆者，自然得說明強調，但對於「越南很熱」此一想法已根深蒂固的長輩，似乎也難以改變他的認知。不知道這個群族是多是少？但還是在此淺說一下越南的地理及自然天候。

北部6-12月時，常常容易連雨不斷

越南位於中南半島，東方與南方面向 biển Đông（南海），北接中國、西鄰寮國及柬埔寨。國土形狀是呈現如S形美人曲線，南北長1650公里，國土最寬及最窄處分別是約近500及50公里，首都定於河內。

氣候的部分，北部則是與台灣一樣四季分明，在 Lào Cai（老街）省境內 Sapa（沙灞）的高山上還有可能會下雪；在中部的大城峴港、會安一帶之處又獨樹一格，雖然也有四季，但是春、季兩季的特徵並不明顯；南部只有兩個季節，分別是5月至9月底的雨季及10月至次年4月的旱季。

接下來，去越南要如何避開風雨？北部則是大概6月到11月，這幾個月的上旬是雨量最豐沛的時刻；如前所述，在南部5月到9月底是雨季，雨來時會又急又快，所以外出時一定要備好雨具；中部則是在9月到1月左右，雨水跟冷空氣會大舉入侵。

此外，通常最困擾越南人的天災就是颱風。颱風在北部一般是8月到10月左右最為顯著；而雖然是頭號的天災，但是對南部造成的威脅不算大，一般少見颱風襲擾；中部則是9月到10月較有大型颱風侵襲，11月到12月的時候則可能小型的颱風來沾沾醬油而已。

事實上近年來因為氣候有微微地在改變，未來會怎麼變化也不得而知，上述的內容則是越南目前大致的地理及天候概況。再強調一下，越南的天候相當地多元，不是只侷限於「炎熱」二字喔！

中部會安遭受颱風襲擾下，水漫街道的景象

註 台灣人說的「南海」，對越南人而言因為位處於國土東方，故稱為「biển Đông（直譯：東海；實際意義：南海）」。

128

Bài
08

Ngày phụ nữ Việt Nam nên tặng quà gì?
越南婦女節應該送什麼呢？

重點文法

- ...tưởng / tưởng rằng / cứ tưởng / cứ tưởng rằng / cứ nghĩ là... 以為
- huống hồ 何況
- ... đi ... lại ...來...去
- vân vân (v.v.) 等等...
- tuỳ (vào) 隨...、任憑...

更多學習

- cùng 一同...
- chẳng thể 不行、無法
- vì 因為
- không ngờ 沒想到...
- đừng 勿...、別...
- khiến 讓...
- đến ... còn ..., huống hồ ... 連...都...，何況...
- ... không nổi ...不起
- nếu 如果...
- nên 應該（要）

★ 圖解本課單字

❽ 北 ví cầm tay / 南 bóp cầm tay   女用手拿包

❼ túi xách   包包

❶⑦ chân váy ngắn   短裙

❶⑧ váy   連身裙

❶⑤ váy   裙子

❶⑥ chân váy dài   長裙

㉓ giày bệt   平底鞋

❿ kim cương   鑽石

⑳ kẹp tóc   髮夾

❶③ dây chuyền   項鍊

❶④ vòng tay   手環

❶② hoa tai   耳環

❶① nhẫn   戒指

❾ **nước hoa** 香水

❻ **son** 口紅

❿ **khăn choàng** 圍巾

㉑ 北 **mũ** / 南 **nón** 帽子

❸ **hoa hồng** 玫瑰花

㉒ **giày cao gót** 高跟鞋

❺ **hoa thủy tiên** 水仙花

❹ **hoa cẩm chướng** 康乃馨

❶ **đồ ngọt** 甜食

❷ **hoa** 花

VB08-01.MP3　北音

VN08-01.MP3　南音

131

核心文法

1 「tưởng」的用法

　　「tưởng」是形容對於後述內容一直抱持著先入為主的錯誤認知（但事實卻不然）的表現，相當於中文的「以為…」。除了「tưởng」之外，還有「tưởng rằng」、「cứ tưởng」、「cứ tưởng rằng」、「cứ nghĩ là …」等，都是相同意義的表現。

Tôi tưởng ngày mai mới họp.
我　以為　明天　才　開會
我以為明天才開會。

Em tưởng anh mua son cho em.
我　以為　你　買　口紅　給　我
我以為你是買口紅給我。

　　以「tưởng rằng」的句型為例子：

Tôi tưởng rằng tối nay anh ấy sẽ đi mua quà
我　以為　著　今晚　他　會　去　買　禮物

giáng sinh cùng chúng ta.
聖誕　一同　我們
我以為今天晚上他會跟我們一起去買聖誕禮物。

　　以「cứ tưởng」的句型為例子：

Chị ấy cứ tưởng đây là đôi hoa tai của tôi.
她　一直 以為　這　是　對　耳環　的　我
她一直以為這對耳環是我的。

　　以「cứ tưởng rằng」的句型為例子：

Anh ấy cứ tưởng rằng em không nhớ sinh nhật anh.
他　一直 以為　著　我　不　記得　生日　你
他一直以為我不記得你的生日。

　　以「cứ nghĩ rằng」的句型為例子：

Tôi cứ nghĩ là ngày mai anh ấy sẽ đến đón tôi.
我　一直 想　是　明天　他　會　到　接　我
我一直以為明天他會來接我。

TIP

「cùng」前接動詞或句子，是「一同…」做前動作或進行前方描述內容的意思。

單字

ngày mai 明天
tối nay 今晚
quà 禮物
giáng sinh 聖誕
nhớ 記、記得
sinh nhật 生日
đón 接

2 「**huống hồ**」的用法

「huống hồ」是以前述的內容為基準，再衍生出更進一步的推論（通常指前述內容已達一個難以進行的關卡或高點，後述的人、事、物更不用說了），相當於中文的「何況…」。

Trời nắng anh cũng không muốn đi, huống hồ
天　　晴　　我　　也　　　不　　　　想　　　去　何況

bây giờ trời mưa.
現在　　　　　下雨

晴天我都不想出門了，何況現在下雨。

Dây chuyền em cũng không nhận huống hồ là bó hoa.
項鍊　　　　　我　也　　不　　　接受　　何況　　　是　束　花

項鍊我都不想收了，何況是一束花。

Thầy cũng không hiểu huống hồ là tôi.
男老師　也　　　不　　　　懂　　　何況　　　是　我

（男）老師都不懂了，何況是我。

單字

trời nắng 天氣晴朗

bó （量詞）…束（花）

hoa 花

---

3 「**... đi ... lại**」的用法

「... đi ... lại」是指來來回回地嘗試了許多種方式或是進行了某一些動作的意思，相似於中文的「…來…去」的意思。在此結構「... đi ... lại」中，除了「đi đi lại lại（走來走去）」之外，前接的都是同一個動詞。

Ăn đi ăn lại món này em thấy ngán quá.
吃　去　吃　來　道菜　這　我　覺得　膩　　太

吃來吃去都是這道菜，我吃到都膩了。

Bài hát này nghe đi nghe lại mà không thấy chán.
首　歌　這　聽　　去　聽　　來　但　不　　　覺得　膩

這首歌聽來聽去還是不覺得膩。

Cô ấy cứ đi đi lại lại, làm tôi chóng hết cả mặt.
他　　　一直　走　來　走　去　使　我　暈　　盡　整個臉

她一直走來走去，弄得我頭好暈呀！

TIP

「chóng hết cả mặt」是在「chóng mặt（暈眩）」一詞中的兩字之間加上「hết（盡）、cả（整個）」的詞而形成的「頭相當昏」的句子。

單字

món （量詞）道（菜）

bài hát 歌曲

ngán （對於飲食）膩、厭煩

chán （對於事物）膩、厭煩、無趣

133

4 「v.v. (vân vân)」的用法

　　「vân vân」是表示還有更多的例舉事項，但省略不多贅述，即相當於中文的「…等等」的意思。書寫時一般只簡寫成「v.v.」。

Trong căn hộ có người Việt Nam, người Mỹ,

裡面　公寓大樓　有　人　越南　人　美國

người Úc, v.v. ở đây.

人　澳洲　等等　在　這

公寓大樓裡有越南人、美國人、澳洲人等國人住在這。

Em thích ăn đồ ngọt, ví dụ như kẹo, kem,

我　喜歡　吃　甜食　例如　像　糖果　冰淇淋

sô-cô-la, v.v.

巧克力　等等

我喜歡吃甜食，譬如：糖果、冰淇淋、巧克力等等…。

căn hộ 公寓大樓

ví dụ 例如、譬如

kẹo 糖

kem 冰淇淋

sô-cô-la 巧克力

5 「tuỳ (vào)」的用法

　　「tuỳ」是表示無干涉，交由某人、事、物自行決定的意思，相當於中文的「隨…、任憑…」的意思。一般也可以當作「tuỳ vào」（「tuỳ」 較為口語，「tuỳ vào」則較為正式。）

Em không muốn ăn cũng được, tuỳ em.

妳　不　想　吃　也　行　隨　妳

妳不想吃也可以，就隨妳。

Tuần trăng mật đi đâu thì tuỳ vào vợ anh quyết định.

蜜月旅行　去　哪　的話　任憑　妻子　我　決定

關於蜜月旅行的地點，交由我太太決定。

Cách chữa trị sẽ khác nhau tuỳ vào loại thú cưng.

方法　治療　會　不一樣　任憑　類　寵物

隨著寵物種類的不同，治療的方式會不一樣。

tuần trăng mật
蜜月旅行

quyết định 決定

cách 方法

chữa trị 治療

khác nhau 不一樣、不同

thú cưng 寵物

核心文法現學現賣

請動筆快速填入本課所學的文法，直接加強印象。

1 請直接填入意思為「以為…」的「**tưởng**」。

★ Tôi ＿＿＿＿＿＿＿＿ ngày mai mới họp. 我以為明天才開會。

★ Em ＿＿＿＿＿＿＿＿ anh mua son cho em. 我以為你是買口紅給我。

2 請直接填入意思為「何況…」的「**huống hồ**」。

★ Trời nắng anh cũng không muốn đi, ＿＿＿＿＿＿＿＿ bây giờ trời mưa.
晴天我都不想出門了，何況現在下雨。

★ Thầy cũng không hiểu ＿＿＿＿＿＿＿＿ là tôi. （男）老師都不懂了，何況是我！

3 請直接填入意思為「…來…去」的「**... đi ... lại**」。

★ Ăn ＿＿＿＿＿＿＿＿ ăn ＿＿＿＿＿＿＿＿ món này em thấy ngán quá.
吃來吃去都是這道菜，我吃到都膩了。

★ Bài hát này nghe ＿＿＿＿＿＿＿＿ nghe ＿＿＿＿＿＿＿＿ mà không thấy
chán. 這首歌聽起聽去還是不覺得膩。

4 請直接填入意思為「…等等」的「**v.v. (vân vân)**」。

★ Trong căn hộ có người Việt Nam, người Mỹ, người Úc, ＿＿＿＿＿＿＿＿
ở đây. 公寓大樓裡有越南人、美國人、澳洲人等國人住在這。

★ Em thích ăn đồ ngọt, ví dụ như kẹo, kem, sô-cô-la, ＿＿＿＿＿＿＿＿.
我喜歡吃甜食，譬如：糖果、冰淇淋、巧克力等等…。

5 請直接填入意思為「隨…、任憑…」的「**tuỳ vào**」。

★ Tuần trăng mật đi đâu thì ＿＿＿＿＿＿＿＿ vợ anh quyết định.
關於蜜月旅行的地點，交由我太太決定。

★ Cách chữa trị sẽ khác nhau ＿＿＿＿＿＿＿＿ loại thú cưng.
隨著寵物種類的不同，治療的方式會不一樣。

VB08-03.MP3   VN08-03.MP3

◯ 請用「**tưởng**」的句型來練習下列的句子。

Tôi **tưởng** ngày mai là sinh nhật chị ấy.
我以為明天是她生日。

Tôi **cứ nghĩ rằng** anh ấy sẽ yêu tôi thật lòng.
我一直以為他會真心愛我。

Tôi **tưởng rằng** quyển / cuốn sách này năm nay chẳng thể viết xong, vì tôi quá bận.
因為我太忙了，所以我以為這本書今年沒辦法寫完。

Chị ấy **cứ tưởng rằng** anh ấy sẽ chỉ tặng chị ấy một thỏi son, không ngờ lại là một chiếc nhẫn.
她一直以為他只會送她一支口紅，沒想到是一隻戒指。

TIP

❶「chẳng thể」是「不行、無法」的意思，帶有強調的語氣。 ❷「vì」是表示緣由，即「因為」的意思。 ❸「không ngờ」表示後述事物令人意外，是「沒想到…」的意思。

▉單字

thật lòng 真心
viết 寫
thỏi （細小又長的物品量詞）支

◯ 請用「**... đi ... lại**」的句型來練習下列的句子。

Anh đừng đi **đi** lại **lại** như vậy được không?
你可以別這樣子一直走來走去好嗎？

Sao em cứ nấu **đi** nấu **lại** mấy cái món này vậy?
妳為什麼煮來煮去都是這幾道菜呀？

Bài luận văn ấy tôi phải sửa **đi** sửa **lại** mấy lần mới xong.
這篇論文改來改去改了好幾次才完成。

Anh ấy cứ nhắc **đi** nhắc **lại** một vấn đề, khiến tôi rất đau đầu.
他一直重複提同一個問題，讓我感到頭很痛。

TIP

❶「đừng」後接禁止事項，是「勿…、別…」的意思。 ❷「khiến」是使役表現，為「使…、讓…」的意思。

▉單字

như vậy 如此、那麼、那樣
hoa （文章量詞）篇
luận văn 論文
mấy lần 幾次、多次
sửa 修改、修理
nhắc 提（起問題）
đau đầu 頭痛；傷腦筋

136

○ 請用「**huống hồ**」的句型來練習下列的句子。

Nhà ở Thái Nguyên em còn mua không
nổi **huống hồ** ở Hà Nội.

太原的房子我都買不起了，何況是河內的。

Trẻ sơ sinh đến bò còn không biết,
huống hồ đi bộ.

新生兒連爬都不會了，何況是走路。

Chữ còn không biết **huống hồ** là làm thơ.

字都不懂了，何況是作詩。

TIP

❶「... không nổi」 表
示能力所不及，無法執
行或承受前述動作，為
「…不起」的意思。
❷當「đến ... còn ...」
與「huống hồ」結合成
「đến ... còn ..., huống
hồ ...」時，即構成「連…
都…，何況…」的固定句
型。

單字

trẻ sơ sinh 新生兒

bò 爬（行）

làm thơ 作詩

○ 請用「**v.v. (vân vân)**」的句型來練習下列的句子。

Anh có thể chọn son, váy, giày cao gót,
v.v. tặng cho vợ anh.

你可以選擇口紅、裙子、高跟鞋等送給你的太太。

Ở Cần Thơ, Tiền Giang, Cà Mau, **v.v.**
đều có chợ nổi.

在芹苴市、前江省、金甌省等地都有水上市場。

單字

chọn 選

tặng 贈（送）

chợ nổi 水上市場

○ 請用「**tuỳ (vào)**」的句型來練習下列的句子。

Việc làm nào cũng tốt, **tuỳ** con chọn phù
hợp với mình là được.

什麼工作都好，任你自己選適合你的就行了。

Nếu **tuỳ** em thì em chọn đi Đà Nẵng chơi.

隨我的話，我選去峴港玩。

Tuỳ vào công ty quyết định.

交由公司決定。

TIP

「nếu」是假設條件，即
「如果」的意思。（➡
10）

單字

việc làm （名詞）工作

phù hợp 符合、適合

Đà nẵng 峴港

VB08-04.MP3　VN08-04.MP3

實戰會話

Jeff: Anh Nam ơi! Mai 20 tháng 10 ngày phụ nữ Việt Nam, em không biết nên tặng quà gì cho người yêu em.

Nam: Anh tưởng bên Mỹ không có ngày này nên em sẽ không biết, không ngờ em cũng biết ngày này cơ.

Jeff: Nhập gia tùy tục ạ, huống hồ người yêu em là người Việt Nam, em phải tìm hiểu văn hóa Việt Nam chứ!

Nam: Có lòng đấy, người yêu em mà biết em quan tâm cô ấy như vậy chắc sẽ vui lắm.

Jeff: Em nghĩ đi nghĩ lại rồi, phụ nữ thường thích hoa, em tặng người yêu em hoa được không anh?

Nam: Tặng hoa vẫn phải kèm theo quà gì chứ, ví dụ như son, túi xách, nước hoa, v.v. tùy vào túi tiền của em.

Kiệt: Ừ, nghe cũng hợp lý, cảm ơn anh nhé.

TIP

「nên」表示理當進行某些動作，即「應該（要）…」的意思。

生字

tặng quà 送禮　**người yêu** 情人　**bên**（某一）邊、側　**cơ** 帶有親暱語氣的驚訝語氣詞
nhập gia tùy tục 入境隨俗　**tìm hiểu** 弄清　**văn hóa** 文化　**có lòng** 有心　**quan tâm** 關心
phụ nữ 婦女、女性　**kèm theo** 附帶、附加　**túi tiền** 手頭上可支用的錢　**hợp lý** 合理

傑夫：陽哥！明天是 10 月 20 日越南婦女節，我不知道該送我女朋友什麼禮物。

阿南：我以為美國那邊沒有這個節日你會不知道，沒想到你也知道越南婦女節呀！

傑夫：入境隨俗囉，何況我女朋友是越南人，我有必要了解越南文化啦！

阿南：你很有心喔！你的女朋友知道你那麼關心她，她應該很開心。

傑夫：我想來想去，女人通常都喜歡花，你覺得我送花給我女朋友如何？

阿南：送花之外再附上其他的禮物吧！譬如說像口紅、包包、香水…等等，依你的預算考量。

傑夫：嗯嗯！聽起來也合理，謝謝你。

★ 越南的節日（有放假）

農曆除夕到初四	Tết Nguyên đán / Tết Âm lịch 農曆春節
農曆三月初十	Giỗ tổ Hùng Vương 雄王節
陽曆 1 月 1 日	Tết Tây / Tết Dương lịch 元旦
陽曆 4 月 30 日	Ngày giải phóng miền Nam, thống nhất đất nước 解放南方及國家統一日
陽曆 5 月 1 日	Ngày Quốc tế Lao động 國際勞動節
陽曆 9 月 2 日	Quốc khánh 國慶日

★ 越南的紀念日（沒放假）

農曆四月初四	Tết Thanh minh 清明節
農曆五月初五	Tết Đoan ngọ 端午節
農曆七月十五	Lễ Vu Lan 中元節
農曆八月十五	Tết Trung thu 中秋節
陽曆 2 月 14 日	Lễ Tình nhân 西洋情人節
陽曆 3 月 8 日	Ngày Quốc tế Phụ nữ 國際婦女節
陽曆 6 月 1 日	Ngày Quốc tế Thiếu nhi 國際兒童節
陽曆 10 月 20 日	Ngày Phụ nữ Việt Nam 越南婦女節
陽曆 11 月 20 日	Ngày Nhà giáo Việt Nam 越南教師節
陽曆 12 月 25 日	Lễ Giáng Sinh / Noel 聖誕節

✎ 練習題

1. 請看圖，並填入單字正確的越文及中文。

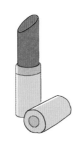

① _____ 口紅   ② _____ 香水   ③ _____ 高跟鞋

④ _____ túi xách   ⑤ _____ hoa   ⑥ _____ nhẫn

2. 請用「tưởng」的句型，完成下面的句子。

例 Tôi / ngày mai là sinh nhật chị ấy

→ Tôi tưởng ngày mai là sinh nhật chị ấy.   我以為明天是她的生日。

① Tôi / anh ấy không đến

→ _____.

② Tôi / chị đã kết hôn

→ _____.

③ Anh / đây là áo dài của em

→ _____.

④ Tôi / cô ấy thích son

→ _____.

⑤ Tôi / ngày mai sinh nhật anh ấy

→ _____.

解答：P.231

3. 請聽MP3，並填入空格中的字，完成下面的句子。

① Ăn _____ ăn _____ món ăn Việt Nam vẫn là ngon nhất.

② Anh _____ nói nữa, em mệt mỏi lắm rồi.

③ Đi xa như vậy anh còn mệt _____ trẻ con.

④ Trong túi này có táo, ổi, vải, _____ .

4. 請重組句子，變成正確有意義的越南語（重組後字首大寫）。

① đừng / mua / anh / màu / son / em / đó / không thích / đâu / ,

→ _____ .

② tôi / ở / Đài Loan / anh ấy / dặn đi dặn lại / tặng / đồng hồ / không được / ,

→ _____ .

③ bó / nhẫn / cũng / là / không / nhận / hoa / huống hồ / em

→ _____ .

5. 請將下列的句子翻譯成中文。

① Em tưởng anh sẽ không đến.

→ _____ 。

② Ăn lại ăn đi món này em ngán quá.

→ _____ 。

③ Nhà Cà Mau anh còn mua không nổi huống hồ ở Cần Thơ.

→ _____ 。

④ Nếu tuỳ em thì em chọn đi Úc chơi.

→ _____ 。

141

越南的元旦（農曆新年）

「元旦」是指陽曆的1月1日，但是越南人口中的「Tết Nguyên Đán（元旦）」則是指農曆年中的第一天。

越南、台灣一樣會過農曆年，而在越南除夕的那一天，許多人便會開始上街採購年貨，大街上熙熙攘攘，好不熱鬧。家家戶戶也會開始大掃除，除舊布新，迎接新的一年到來。普遍的家庭中會敬天祭祖，也會開始走春。初一、初二、初三是越南人最開心的三天，人們會相互拜年，連絡感情。在越南文化中，有句話是這麼說的：

初一父之日（向父系親族拜年）

"Mồng Một Tết cha, mồng hai Tết mẹ, mồng ba Tết thầy…"

「初一父之日、初二母之日、初三師之日…」

在這裡的意思是說，初一常是去找父系的親族拜年、初二將會去找母系的親族拜年、初三則是去向老師們道賀。

過年時，人們會避諱說些不吉利的話及爭吵，因為怕這些微小的負面細節會危害到整年的氣運。特別在北方，更深信「xông nhà（沖年喜）」的習俗，即是指大年初一首位來訪的訪客屬性，將會決定家中新的一年的流年運勢。因此每年年底有不少家庭會有「訂人」的舉動，他們會預請事業有成或品性良好的親朋好友優先到自家作第一名的新年訪客，以求新的一年吉祥、順利。越南家庭準備的年菜或甜品往往會有粽子、醃紅蔥頭、筍湯、越南火腿和蜜餞糖果這些食品。其中粽子總能增添濃濃的過年味，也是元旦時節的傳統佳餚，因此特別是訪客到時，一定跑不掉要共享粽子的美味。此外，新年一樣有用新鈔給孩子或長輩 tiền lì xì（壓歲錢、紅包）的習慣。

越南新年給予孩童壓歲錢

由於花是元旦時最不可或缺的裝飾物，所以大家一定會上街買花回家佈置。一般來說，北方人喜歡桃花、中部和南方人則喜歡梅花，因此每當過年時，北方總是能看到黃梅一片的壯觀美景，相對的中南方則是能看到粉色花海的奪目景色。

對越南人來說，「元旦」是最開心的日子，也是傳統文化大放異彩的美麗時節。

Bài

09

Cho tôi một phòng đơn.

我要一間單人房。

重點文法

- giúp / hộ / giùm 幫（助）
- trong 時間的「…（之）內」、空間的「…（之）中」
- từ ... sang ... （性質）從…變成…；（位置）從…到…
- tuy ... nhưng ... / mặc dù ... nhưng ... 雖然…，但…
- Làm ơn ＋ cho ＋ tôi ＋動詞（煩勞）請讓我…

更多學習

- nhé 親暱口吻的「提醒、確認、命令及提議」
- với （句尾。懇切拜託的）…吧！
- xin đừng 請勿…
- tại 在…（較大的地區、範圍）

★ 圖解本課單字

北音 VB09-01.MP3

南音 VN09-01.MP3

⓮ **phòng** 客房

⓮ **tivi / vô tuyến** 電視

⓱ **điện thoại** （客房）電話

⓯ **giường** 床

⓭ **thang máy** 電梯

⑧ **nhân viên hành lý** 行李員

⑥ **thẻ từ khách sạn** 飯店房卡

⑨ **khách thuê phòng** 住客、房客

205

⑫ **hộ chiếu** 護照

⓾ **gửi vali / gửi hành lý** 寄放行李

④ **check in** 入住

⑨ **vali / hành lý** 行李箱

144

⑱ **nhà tắm** 浴室

㉒ **vòi sen / vòi hoa sen** 蓮蓬頭

⑲ **nhà vệ sinh** 廁所

⑳ **bồn rửa mặt** 洗手台

㉔ **máy sấy tóc** 吹風機

㉑ **bồn tắm** 浴缸

㉓ **bồn cầu** 馬桶

❶ **khách sạn** 飯店

❷ **(nhân viên) lễ tân** 櫃台（人員）

❹ **chìa khoá** 房間鑰匙

❺ **check out** 退房

❸ **quầy lễ tân** 櫃台（桌）

1 「giúp / hộ / giùm」的用法

　　「giúp」、「hộ」、「giùm」都有「幫（助）」的意思。當它以「主語（人）＋動詞＋（受詞＋）giúp／hộ／giùm」時，表示由主語協助某對象做某件事的意思。動詞跟「giúp／hộ／giùm」之間有時候可以有受詞。另外，「hộ」是北方的用語、「giùm」則是南方的用語。

Anh giải thích giúp em với anh ấy được không?

你　　說明　　幫　我　跟　他　　　可以嗎

你可以幫我跟他解釋嗎？

北 Chị ấy mua hộ tôi một chai nước cam.

她　　　買　幫 我　一　瓶　水　　柑橘

她幫我買一瓶柳橙汁。

南 Con rửa rau giùm mẹ đi.

孩子　洗　菜　幫　　媽媽　吧

你幫媽媽洗菜吧！

單字

giải thích 說明、解釋
chai （瓶子的量詞）瓶
nước cam 柳橙汁
rửa rau 洗菜

　　因為這是「幫助」的句子，所以在說話時，用不同的語助詞或是表達，讓聽的人感覺更有禮貌，會比較想幫忙。

Anh dịch giúp tôi bài này nhé.

你　翻譯　幫　我　篇　這　啾

（↑聽起來口吻親切）你幫我翻譯這篇好不好？

Làm ơn dịch giúp tôi bài này với.

勞駕　　翻譯　幫　我　篇　這　吧

（↑聽起來口吻禮貌）請幫我翻譯這篇。

　　「giúp」的用法最靈活，除了上述的公式之外，也可以像下句這樣直接用在兩個人稱代名詞之間。但是要注意，下例的用法是不能用「hộ」或「giùm」替代的。

Hôm nay anh giúp em dọn phòng.

今天　　　我　幫　妳　打掃　房間

今天我幫妳打掃房間。

TIP

❶「nhé」是語尾助詞，用於表達發話者對於前述內容含有親暱的「提醒、確認、命令及提議」等意義。　❷「với」置於句尾時，亦可當「吧！」用，但語氣比較殷勤懇切地拜託對方。比較適合用於需保持距離的對象。

單字

dịch 翻譯
dọn phòng 打掃房間

146

2 「trong」的用法

「trong」是當介詞用，指包含在某個空間或某段時間的範圍內，意思上指時間的「…（之）中、…（之）內」或空間的「（之）中、…裡面」。

Thước đo độ ở trong cặp.

量角器 　　　　 在 裡面 書包

（當空間介詞）量角器在書包裡。

Anh ấy ở trong công ty.

他　　 在 裡面 公司

（當空間介詞）他在公司裡面。

Đang trong giờ nghỉ ngơi xin đừng làm ồn.

正在 之內 時間 休息 　　 請 勿 喧嘩

（當時間介詞）現在是休息時間，請勿吵鬧。

TIP

「xin」是「請」、「đừng」是「勿」，「xin đừng」合起來便是「請勿…」的意思。

單字

thước đo độ 量角器

cặp （cặp sách 的簡稱）書包

giờ 時間（點）

nghỉ ngơi 休息

làm ồn 喧嘩、吵鬧

3 「từ ... sang ...」的用法

「sang」有「性質的變化（…成…）」或「位置的轉變（…到…）」的意思。也常跟「từ（從…）」搭配，構成「（性質）從…變成…」、「（位置）從…到…」的意思。

Chị dịch giúp tôi bài này từ tiếng Trung sang

妳 翻譯 幫 我 篇 這 從 中文 　　　 變成

tiếng Việt nhé.

越南文 　　 喲

（語言轉換，性質的變化）妳幫我把這篇從中文翻成越南文喲！

Chị ấy chuyển ngành từ khoa tiếng Trung

她 　 轉 　　 領域 　 從 系 　 中文

sang khoa quản trị kinh doanh.

變成 系 管理 經營

（科系轉換，性質的變化）她從中文系轉系到企管系去。

Ngày mai anh ấy từ phố Cổ sang đây.

明天 　　 他 　 從 古街 　 到 　 這

（地點移動，位置的變化）明天他會從古街到這。

單字

ngành 系所、領域

khoa 科系

quản trị kinh doanh 企業管理

phố Cổ 古街

「tuy ... nhưng ... / mặc dù … nhưng …」的用法

　　「tuy」與「mặc dù」為「即使、雖然」的逆接詞。當與「nhưng（但是）」結合後，表示「tuy」與「mặc dù」後敘的內容情況雖屬事實，但是又以「nhưng」之後的內容，提出與前述內容相反的主張。即此兩個句型為「雖然…，但…」之意。

Tuy khách sạn cách xa sân bay, nhưng đi lại
雖　　飯店　　　　離　　遠　機場　　　　但　　　去　又

rất tiện.
很　方便
雖然飯店離機場很遠，但交通很方便。

Mặc dù sân bay có wifi miễn phí, nhưng rất ít
雖然　　　　機場　有　無線網路　免費　　　但　　很　少

người sử dụng.
人　　　使用
雖然機場有免費的無限網路，但很少人使用。

單字	
sân bay	機場
cách	離…
xa	遠
ít	少
miễn phí	免費
tiện	方便
sử dụng	使用

 「Làm ơn + cho + tôi +動詞」的用法

　　「làm ơn」是在請求他人幫忙前表示自己讓對方麻煩了的禮貌話，就像是中文的「勞駕」。故此完整句型表示話者有禮地請求聽者讓自己做某件事，即「（煩勞）請讓我…」的意思。（tôi 的部分亦可依對話對象的不同，選用代表自己的人稱代名詞。）

Làm ơn cho tôi gặp anh Tùng.
勞駕　　　給　我　見　哥　松
請讓我見松哥。

Làm ơn cho tôi xem hộ chiếu của anh.
勞駕　　　給　我　看　護照　　的　你
請給我看你的護照。

Làm ơn cho tôi hỏi chỗ mua quà lưu niệm ở đâu?
勞駕　　　給　我　問　地方　買　紀念品　　　在　哪裡
請問買紀念品的地方在哪裡？

單字	
gặp	見
Tùng	（越南人名）松
chỗ	地方
quà lưu niệm	紀念品

核心文法現學現賣

請動筆快速填入本課所學的文法，直接加強印象。

1 請直接填入意思為「幫（助）」的「**giúp**」。

★ Anh giải thích ＿＿＿＿＿＿ em với anh ấy được không?
你可以幫我跟他解釋嗎？

★ Hôm nay anh ＿＿＿＿＿＿ em dọn phòng. 今天我幫妳打掃房間。

2 請直接填入意思為「（時間）…（之）中、（之）內；（空間）…（之）中、…裡面」的「**trong**」。

★ Thước đo độ ở ＿＿＿＿＿＿ cặp. 量角器在書包裡。

★ Đang ＿＿＿＿＿＿ giờ nghỉ ngơi xin đừng làm ồn.
現在是休息時間，請勿吵鬧。

3 請直接填入意思為「（性質）從…變成…、（位置）從…到…」的「**từ ... sang**」。

★ Chị dịch giúp tôi bài này ＿＿＿＿＿＿ tiếng Trung ＿＿＿＿＿＿ tiếng Việt nhé. 妳幫我把這篇中文翻成越南文喲！

★ Ngày mai anh ấy sẽ ＿＿＿＿＿＿ Hà Nội ＿＿＿＿＿＿ TP. HCM.
明天他會從河內到胡志明市去。

4 請直接填入意思為「雖然…，但…」的「**Tuy ... nhưng ... / Mặc dù ... nhưng ...**」。

★ ＿＿＿＿＿＿ khách sạn cách xa sân bay, ＿＿＿＿＿＿ đi lại rất tiện. 雖然飯店離機場很遠，但交通很方便。

★ ＿＿＿＿＿＿ sân bay có wifi miễn phí, ＿＿＿＿＿＿ rất ít người sử dụng. 雖然機場有免費的無限網路，但很少人使用。

5 請直接填入意思為「（煩勞）請讓我…」的「**Làm ơn cho tôi ....**」。

★ ＿＿＿＿＿＿ gặp anh Tùng. 請讓我見松哥。

★ ＿＿＿＿＿＿ xem hộ chiếu của anh. 讓給我看你的護照。

○ 請用「 **giúp / hộ / giùm** 」的句型來練習下列的句子。

Chị làm thủ tục nhập cảnh **giúp** em với ạ.
妳幫我辦入境手續吧！

Anh kiểm tra E-mail **giúp** em.
你幫我檢查電子信箱。

Anh xách hành lý **giúp** em với ạ.
你幫我拿行李。

北 Linh ơi, lấy **hộ** mình quyển sách.
阿玲啊！幫我拿書。

南 Chị xem **giùm** em xem ngày mai còn vé không ạ?
妳幫我看看明天還有票嗎？

單字

thủ tục nhập cảnh
入境手續

kiểm tra 檢查

xách 提

vé 票

○ 請用「 **trong** 」的句型來練習下列的句子。

Vé máy bay em để **trong** hộ chiếu.
我的機票放在護照裡。

Anh ấy đang **trong** khách sạn check in.
他正在飯店裡辦理住房。

Cuộc họp diễn ra **trong** hai ngày.
會議將會歷時兩天的時間。

Mẹ em đang đứng ở **trong** tiệm tạp hóa.
妳媽媽正站在雜貨店裡面。

Tôi sẽ đi chơi hết nước Việt Nam **trong** một năm.
我會在一年之中玩遍越南。

單字

vé máy bay 機票

cuộc họp 會議

diễn ra 歷經、歷時

đứng 站

tiệm tạp hóa
（越南傳統的）雜貨店

⚪ 請用「**từ … sang …**」的句型來練習下列的句子。

Em chuyển **từ** phòng 305 **sang** phòng 308.
我從 305 號房搬到 308 號房。

Anh ấy mới đổi đường dây mạng **từ** có dây **sang** không dây.
他剛從有線網路換成無線網路。

單字

chuyển 搬、搬遷
phòng 房間
đổi 換
đường dây 線路
mạng 網路
có dây 有線
không dây 無線

⚪ 請用「**tuy … nhưng / mặc dù … nhưng**」的句型來練習下列的句子。

Tuy khách sạn này đắt / mắc **nhưng** chất lượng phục vụ rất tốt.
雖然這家旅館很貴，但服務品質很好。

Mặc dù trời mưa **nhưng** tôi vẫn đi học.
雖然下雨了，但我仍然去上學。

單字

chất lượng phục vụ
服務品質

⚪ 請用「**Làm ơn ＋ cho ＋ tôi ＋ 動詞**」的句型來練習下列的句子。

Làm ơn cho tôi kiểm tra hành lý của anh.
請讓我檢查您的行李。

Làm ơn cho tôi hỏi mật khẩu wifi ở đây như này đúng không ạ?
請問這裡的 Wi-Fi 密碼是這樣對嗎？

Làm ơn cho tôi hỏi cửa hàng miễn thuế ở đâu?
請問免稅商店在哪裡？

單字

hành lý 行李
mật khẩu 密碼
cửa hàng miễn thuế
免稅商店

----- (Ở quầy lễ tân) -----

Jeff: Chào em, xin hỏi bây giờ còn phòng đơn không?

Lễ Tân: Dạ, hiện tại bên em vẫn còn phòng đơn ạ, quý khách sẽ ở lại trong bao lâu ạ?

Jeff: Tôi ở đây 5 ngày, cho tôi hỏi có phòng nào có thể nhìn ra ngoài thành phố được không ạ?

Lễ Tân: Dạ, tuy là mùa du lịch đông khách nhưng em sẽ cố gắng sắp xếp cho quý khách. Làm ơn cho em xem hộ chiếu của anh...

----- (Sau hoàn toàn check in) -----

Nhân Viên hành lý: Để tôi xách hành lý giúp quý khách ạ.

Jeff: Cảm ơn anh. À, anh ơi! Làm ơn cho tôi hỏi ở đây có thể đổi tiền không ạ? em muốn đổi một ít tiền Đô sang tiền Việt.

Nhân Viên hành lý: Có ạ. Quý khách có thể đổi tiền tại quầy ngoại tệ trên tầng 2.

TIP

❶「tại」跟「ở」一樣是「在」的意思，但是一般是「在…較大的地區、範圍」，通常不能後接方向。

❷「Làm ơn cho tôi …」句型裡人稱代名詞的「tôi」可以依情境替用其他人稱代名詞，以本會話為例，因傑夫以「em」稱呼櫃檯人員，故櫃檯人員亦可以在使用此句型時將「tôi」自由改成「em」。

單字

phòng đơn 單人房　**hiện tại** 現在　**bên** 邊　**quý khách** (商家對客人的稱敬) 您、貴客　**ở lại** 停留、逗留

nhìn ra 觀看　**ngoài** 外　**thành phố** 城市　**mùa du lịch** 旅遊季　**đông khách** 很多客人　**cố gắng** 努力

sắp xếp 安排　**hoàn toàn** 完成　**một ít** 一點點　**tiền Đô** 美金　**tiền Việt** 越盾　**đổi tiền** 換錢、兌換

quầy ngoại tệ 外幣兌換櫃台　**tầng** 樓　**trên** 上方

───（在飯店櫃檯）───

傑　夫：妳好，請問現在還有單人房嗎？

櫃　檯：有的，目前我們還有單人房，您想要住多久呢？

傑　夫：五天，請問房間有窗戶可以看見外頭的景觀嗎？

櫃　檯：雖然現在是旺季客人比較多，但我會盡力幫您安排有窗戶的房間。麻煩請讓我看您的護照…

───（登記住房後）───

行李員：先生，讓我幫你提行李吧！

傑　夫：謝謝您。啊！先生，請問在這邊可以換錢嗎？我要把一些美金換成越盾。

行李員：是的，您可以在2樓的外幣櫃檯兌換。

★ 其他在飯店裡常用到的句子

Nhân viên lễ tân 櫃檯人員	khách hàng 住客
Anh (Chị) ở đây trong bao lâu? 您要在這住多久？	Phòng đơn bao nhiêu tiền một đêm? 單人房一夜多少錢？
Anh (Chị) ở đây mấy ngày? 您要在這住幾天？	Phòng đôi bao nhiêu tiền một đêm? 雙人房一夜多少錢？
Anh (Chị) muốn đặt phòng đơn hay phòng đôi? 您想要訂單人房還是雙人房？	Trong phòng có điều hoà / máy lạnh không? 房間裡有冷氣嗎？
Anh (Chị) muốn loại phòng nào? 您想要哪一種類型的房間？	Tôi muốn đặt phòng. 我想要訂房。
Anh cần gì ạ? 你想要什麼呀？	Giá phòng đã bao gồm bữa sáng chưa? 房價有包括早餐了嗎？
Tôi có thể giúp gì cho anh (chị)? 有什麼給可以為您服務的呢？	Trong phòng có wifi không? 房間裡有 Wifi 嗎？
Làm ơn cho tôi xem hộ chiếu của anh (chị). 麻煩讓我看一下您的護照。	Mấy giờ tôi có thể check in? 我什麼時候可以辦理入住？
Chìa khoá của anh đây. 這是您的（房間）鑰匙。	Xin hỏi thời gian trả phòng ở đây là mấy giờ ạ? 請問這裡幾點要辦理退房？

北音 南音
VB09-05.MP3　VN09-05.MP3

✏️ 練習題

1. 請聽MP3，並依下圖中的動作回答下面的句子。

❶ A: ＿＿＿＿＿＿＿ giúp tôi một **cốc / ly** cà phê.

　 B: Để tôi ＿＿＿＿＿＿ cà phê giúp anh.

❷ A: ＿＿＿＿＿＿＿ giúp em **quyển / cuốn** sách trên kệ.

　 B: Để tôi ＿＿＿＿＿＿ **quyển / cuốn** sách trên kệ giúp em.

❸ A: ＿＿＿＿＿＿＿ giúp tôi xe taxi.

　 B: Để tôi ＿＿＿＿＿＿ xe taxi giúp ông.

①　②　③

單字 北 **cốc** / 南 **ly**（杯子量詞）杯　**pha** 泡　**cà phê** 咖啡　**kệ** 架子　**gọi** 叫、招（車）　**xe taxi** 計程車

2. 請將下列的句子在適當的位置裡套入「**Tuy / Mặc dù**」與「**nhưng**」完成句子。（答題時請適時調整字母大小寫）

❶ Anh ấy học giỏi. / Anh ấy rất khiêm tốn.

　雖然他的學習很優秀，但是他很謙虛。

→ ＿＿＿＿＿＿＿＿＿＿＿＿＿＿＿＿＿＿＿＿＿＿ .

❷ Cô Lan rất mệt. / Cô ấy vẫn đi dạy.

　雖然蘭老師很累，但是她還是去教書。

→ ＿＿＿＿＿＿＿＿＿＿＿＿＿＿＿＿＿＿＿＿＿＿ .

❸ Vé máy bay hãng này rẻ. / Hay bị trễ giờ bay.

　雖然這間（航空公司）的機票很便宜，但很容易誤點。

→ ＿＿＿＿＿＿＿＿＿＿＿＿＿＿＿＿＿＿＿＿＿＿ .

單字 **hãng** 公司、商行　**trễ giờ** 誤點、延遲　**rẻ** 便宜

解答：P.232

Bài 09

3. 請將下列的句子在適當的位置裡套入「giúp」以完成句子。

① Tôi dịch anh Kim bài báo này.   我幫金哥翻譯這篇報導。

→ _____ .

② Linh tôi gọi xe taxi.   阿玲幫我叫車。

→ _____ .

③ Chị ấy tôi mua vé máy bay đi Đà Nẵng.   她幫我買去峴港的機票。

→ _____ .

④ Em tôi tôi nấu cơm.   我妹妹幫我煮飯。

→ _____ .

單字

bài báo 報導

4. 請將下列的句子在適當的位置裡套入「từ」與「sang」以完成句子。

❶ Bà ấy muốn đổi tiền tiền Việt tiền Yên.

她想把越盾換成日元。

→ _____ .

❷ Mười năm trước cô ấy dịch bài thơ này tiếng Nga tiếng Việt.

十年前她把這首詩從俄語翻成越南語。

→ _____ .

❸ Nhà hàng ấy mới chuyển phố Hàng Gai phố Huế.

那間餐廳剛從麻行街搬到順化街了。

→ _____ .

單字

tiền Yên 日元　**mười năm trước** 十年前
tiếng Nga 俄語　**phố** 街

155

走吧！到越南旅行去！I

在過往的教學經驗中，有件事令筆者相當地吃驚，似乎是因為大批的觀光客總向著胡志明市湧入，所以許多台灣人會認為南方的胡志明市是越南的首都！雖然之前在第6課已經有簡單提過，但這點一定要再次強調才行。胡志明市雖然是繁榮的經濟中心沒錯，但事實上位於北方寧靜又傳統的政治、文化之都－河內市，才是我們越南的首都，請別再弄錯囉！

河內為越南的首都（還劍湖。河內的主要象徵物之一）

接下來淺說越南的一些基本資訊，越南全國共有54個民族，其中以người Kinh（京族）的人口最為大宗。飲食習慣依地區也多有不同，北方喜歡較鹹、少辣、少糖，依季節不同的烹調文化；而中部則喜好較辣的口感；南部則喜歡較甜的口感。後述有些旅遊切身的具體事項，請多留意：

●錢幣：在越南主要流通的錢幣是đồng / VND（（越）盾）。越盾的幣面分別有500.000、200.000、100.000、50.000、20.000、10.000、5.000、2.000、1.000、500、200、100這些面額，其中低於1.000的使用率非常的低。注意，10.000盾和200.000盾的鈔票長得很像，付錢和換錢時請小心別弄錯了！（注意：越盾是以「.小數點」做為千位數的分隔符號，而不是「,逗點」喲！）

店前有 Sim Thẻ 字樣的店家皆能買到預付卡

●電壓：由於越南使用的電壓是220V，跟台灣的110V不同，所以最好隨身帶著變壓器，其次需注意的是越南普遍使用圓形的插座，所以亦建議隨身帶著轉接頭會比較好。

●通訊：建議到了越南後在機場買張SIM卡。SIM卡一旦使用完畢，你可以在許多的商店據點購買到預付加值的卡片（包括柑仔店），只要店門口有貼著「SIM Thẻ Điện Thoại」等字樣的店都買得到！此外，現代人免不了習慣開手機打卡，想要拍攝炫彩奪目的美照並發佈在zalo、viber等社群網站時，手機便需要3G訊號，但更需要的就是穩定的免費Wi-Fi。在越南，餐廳等許多商家場所都有提供免費的Wi-Fi，只要取得免費Wi-Fi後便可上網或用APP語音通話或發簡訊囉！但是記得別忘了要先關閉國際漫遊，以免就虧大了。

156

Bài
10

Chuẩn bị đi Đà Nẵng du lịch.

準備去峴港旅遊。

重點文法

- **phải** 必須…、得…、有必要…；遭（受）到…（前述情況、動作）
- **lắm** 非常…、很…、極為…
- **định** 打算…、想…、準備要…
- **nếu ... thì ...** 如果…，就…；假如…就…
- **một trong những** …（其中）之一

更多學習

- **vào** 提醒聽者接受前述建議
- **chứ không** 而不是…
- **chứ không phải là**（＋名詞）而不是…
- **bằng** 搭乘（某交通工具）
- **đã**（置於句尾）先…
- **tính** 打算…
- **mà**（但）就…
- **ngay** 馬上…

★ 圖解本課單字

❶ xe giường nằm 臥鋪巴士

❷ xe khách 遊覽車

❿ du khách 觀光客

⓭ chụp ảnh / 南 chụp hình 拍照

㉒ hàng rong 扁擔小販

❾ giải thích 講解

❽ hướng dẫn viên du lịch 導遊

❼ đoàn du lịch 旅行團

⓰ vỗ tay 鼓掌

⓯ check-in （社群網站的）打卡

VB10-01.MP3　北音

VN10-01.MP3　南音

158

20 cáp treo 纜車

21 lâu đài 城堡

5 xe xích lô 人力三輪車

11 đi bộ 散步

4 xe ôm 抱抱車

12 đi xe đạp 騎腳踏車

6 xe đạp 腳踏車

3 xe máy 機車

17 cửa hàng 店家、商店

14 chụp ảnh tự sướng /
南 chụp hình tự sướng 自拍

18 quà lưu niệm 紀念品

19 dân bản địa / dân địa phương / người địa phương 當地人

159

 **核心文法**

 1 「**phải**」的用法

　　「phải」我們在第一、二課的時候有大概學過。本課再加強觀念，「phải」置於主詞之後，表示強烈地理當進行後述的情事。即為「必須…、得…、有必要…」的意思。

Anh phải tìm cách giải tỏa áp lực.

你　　應該要　找　方法　消解　　壓力
你應該要想辦法消除壓力。

Anh phải đến bến đò đó mới có thuyền đi

你　　得　　到　碼頭　　那　才　有　船　去

đảo Phú Quốc.

富國島
你應該要到那個碼頭去才有船開往富國島。

Em phải ăn nhiều vào, em gầy / ốm quá.

妳　　得　吃　多　（提醒語氣）妳　瘦　　太
你要多吃點，你太瘦了！

　　「phải」亦可置於動詞之後，表示主詞碰到了一些負面的情事，相近於中文的「遭（受）到…（前述情況、動作）」的意思。

Chị Lan đi xe đạp đâm / đụng phải cột.

姊姊　蘭　騎　腳踏車　　撞　　　　　遭到　柱子
蘭姊騎腳踏車去撞到柱子。

Em sợ yêu phải người không tốt.

我　怕　愛　遭到　人　　不　　好
我怕愛到不好的人。

Tay em sờ phải con gián khi dọn nhà.

手　我　觸碰　遭到　蟑螂　　當　打掃房子
我在打掃時，手去摸到蟑螂。

②　「lắm」的用法

「lắm」是程度副詞，置於形容詞或心理動詞之後，常用於主觀表述自己程度極高的感受，可用當下或非當下的情況。即等於「非常…、很…、極為…」等意思。

Cô ấy xinh lắm.
她　　好看　　非常
她很好看。

Anh ấy tốt bụng lắm.
他　　好心　　　　很
他人很好。

Tuần trước đi phượt vui lắm.
上週　　　　　　去 自助旅行 開心 很
上個禮拜去自助旅行很開心。

單字

xinh 美麗、好看
tốt bụng 好心、親切
đi phượt 自助旅行
tuần trước 上星期

③　「định」的用法

「định」置於主詞之後，表示有意願或預定會進行後敘的相關情事。即相近於中文的「打算…、想…、準備要…」的意思。

Tôi định đi xe ôm chứ không định lái xe.
我　 打算 搭 抱抱車　而　 不　　　 打算　　開車
我打算搭抱抱車而不是打算開車。

Cuối tuần sau gia đình tôi định đến
週末　　　　　下　家庭　　我 打算　到

khu vui chơi giải trí.
區　歡遊　　娛樂
下個禮拜我家打算去遊樂園玩。

Tết năm nay tôi định về Việt Nam.
春節 今年　　我 打算　回　越南
今年的春節我打算回去越南。

TIP

「chứ không」是否定後述內容並強調為前述內容才對的意思，即「而不是…」。若後述內容接名詞時，則表現變成「chứ không phải là」。

單字

lái xe 開車
cuối tuần sau 下週末
khu vui chơi giải trí 遊樂園
Tết 農曆春節
về 回（去）

「nếu ... thì ...」的用法

　　「nếu」是「如果、假如（…的話）」，此句型指當符合「nếu」後述的條件時，就執行「thì」後面的動作。故相當於中文的「如果…，就…」、「假如…就…」的意思。

Nếu đi Hà Nội thì tôi sẽ đi bằng ô tô / xe hơi.
<u>如果</u>　<u>去</u>　<u>河內</u>　　　<u>就</u>　<u>我</u>　<u>將</u>　<u>去</u>　<u>用</u>　　　<u>汽車</u>
如果去河內的話，我就會開車去（用汽車去）。

Nếu cuối tuần có thời gian rảnh thì tôi sẽ đi leo núi.
<u>如果</u>　<u>週末</u>　　　<u>有</u>　<u>時間</u>　　<u>空閒</u>　<u>就</u>　<u>我</u>　<u>將</u>　<u>去</u>　<u>爬山</u>
如果週末有空的話，我就會去爬山。

Nếu anh không đi đón em thì em tự bắt xe ôm về.
<u>如果</u>　<u>你</u>　<u>不</u>　　　<u>去</u>　<u>接</u>　<u>我</u>　<u>就</u>　<u>我</u>　<u>自行</u>　<u>抓</u>　<u>抱抱車</u>　　<u>回去</u>
如果你不來接我的話，我就自己叫抱抱車回去。

TIP

「bằng」的是多義詞，此處做「搭乘（某交通工具）」的意思。（➞ 11）

單字

🔵 (xe) ô tô / 🔴 xe hơi 汽車

rảnh 空閒

leo núi 爬山

đón 接（人）

tự 自行

bắt 叫（車）

 「một trong những」的用法

　　「một trong những」後接某人、事、物，用以強調屬於後述眾多人、事、物中的其中一個，即「…（其中）之一」的意思。

Đài Bắc là một trong những thành phố an toàn
<u>台北</u>　　<u>是</u>　<u>之一</u>　　　　　<u>城市</u>　　　<u>安全</u>

nhất thế giới.
<u>最</u>　　<u>世界</u>
台北是世界上最安全的城市之一。

Vịnh Hạ Long là một trong những danh lam
<u>下龍灣</u>　　　<u>是</u>　<u>之一</u>　　　　　<u>風景名勝</u>

thắng cảnh được thế giới công nhận.
　　　　　　<u>獲得</u>　<u>世界</u>　　<u>公認</u>
下龍灣是世界公認的風景名勝之一。

Tuấn là một trong những học sinh của tôi.
<u>駿</u>　<u>是</u>　<u>之一</u>　　　　　　<u>學生</u>　　　<u>的</u>　<u>我</u>
阿駿是我的學生之一。

單字

Đài Bắc 台北

an toàn 安全

Vịnh Hạ Long 下龍灣

danh lam thắng cảnh 風景名勝

công nhận 公認

Tuấn （人名）俊、駿

核心文法現學現賣

請動筆快速填入本課所學的文法，直接加強印象。

1 請直接填入意思為「必須…、得…、有必要…」的「**phải**」。

★ Anh ＿＿＿＿＿＿＿＿ phải tìm cách giải toả áp lực.
你應該要想辦法消除壓力。

★ Anh ＿＿＿＿＿＿＿ đến bến đò đó mới có thuyền đi đảo Phú Quốc.
你應該要到那個碼頭去才有船開往富國島。

→ 請直接填入意思為「遭（受）到…」的「**phải**」。

★ Em lo yêu ＿＿＿＿＿＿＿ người không tốt. 我怕愛到不好的人。

2 請直接填入意思為「非常…、很…、極為…」的「**lắm**」。

★ Cô ấy xinh ＿＿＿＿＿＿＿. 她很好看。

★ Tuần trước đi phượt vui ＿＿＿＿＿＿＿. 上個禮拜去自助旅行很開心。

3 請直接填入意思為「打算…、想…、準備要…」的「**định**」。

★ Tôi ＿＿＿＿＿＿＿ đi xe ôm chứ không định lái xe.
我打算搭抱抱車而不是打算開車。

★ Tết năm nay tôi ＿＿＿＿＿＿＿ về Việt Nam. 今年的春節我打算回去越南。

4 請直接填入意思為「如果、假如（…的話）」的「**nếu ... thì ...**」。

★ ＿＿＿＿＿＿＿ cuối tuần có thời gian rảnh ＿＿＿＿＿＿＿ tôi sẽ đi leo
núi. 如果週末有空的話，我就會去爬山。

★ ＿＿＿＿＿＿＿ anh không đi đón em ＿＿＿＿＿＿＿ em tự bắt xe ôm
về. 如果你不來接我的話，我就自己叫抱抱車回去。

5 請直接填入意思為「…（其中）之一」的「**một trong những**」。

★ Vịnh Hạ Long là ＿＿＿＿＿＿＿＿ danh lam thắng cảnh được thế
giới công nhận. 下龍灣是世界公認的風景名勝之一。

★ Tuấn là ＿＿＿＿＿＿＿＿ học sinh của tôi. 阿駿是我的學生之一。

核心文法練習

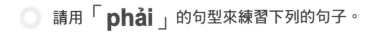

○ 請用「**phải**」的句型來練習下列的句子。

Anh **phải** đến kia mua vé đã.

你得先去那裡買票。（表示應當）

Ăn nói **phải** lịch sự.

說話要有禮貌。（表示應當）

Tôi uống **phải** nước bẩn / dơ nên bị đau bụng.

我去喝到髒水所以肚子痛。（表示遭到負面情事）

TIP

「đã」置於句尾時，指必須先進行前述的動作。

單字

ăn nói 口齒、講話

lịch sự 禮貌

nước bẩn 髒水

đau bụng 肚子痛

○ 請用「**lắm**」的句型來練習下列的句子。

Đi cắm trại vui **lắm**.

去露營很開心。

Anh ấy khó tính **lắm**.

他很龜毛。（他的性情很不好。）

Đi tàu điện ngầm nhanh **lắm**.

搭乘捷運很快。

單字

cắm trại 露營

khó tính
性情不好、難相處

tàu điện ngầm
捷運、電車

○ 請用「**định**」的句型來練習下列的句子。

Tối nay bạn **định** ăn gì?

今晚你打算吃什麼？

Tuần sau tôi **định** đi thi bằng lái xe máy.

下個禮拜我打算去考機車駕照。

Ngày mai tôi **định** đi xe giường nằm đi Sơn La.

明天我打算搭乘臥鋪巴士去山羅省。

單字

thi 考試

bằng lái xe máy
機車駕照

Sơn La
（越南地名）山羅省、山羅市

○ 請用「**nếu ... thì ...**」的句型來練習下列的句子。

Nếu đi Đà Nẵng du lịch **thì** chúng ta đi bằng máy bay.
如果去峴港旅遊的話，我們就搭飛機去。

Nếu năm sau vé máy bay rẻ **thì** tôi sẽ về Việt Nam.
如果明年的機票便宜的話，我就會回越南。

Nếu đi hồ Hoàn Kiếm **thì** tôi muốn đi bằng xe xích lô.
如果去還劍湖的話，我想要搭人力三輪車去。

Nếu anh đến Tây Ninh chơi **thì** em mời anh ăn bánh xèo.
如果你來西寧玩的話，我請你吃越南煎餅。

TIP

還劍湖與36古街毗鄰，為知名的觀光區，第三例句指當地可以從36古街搭乘人力三輪車到湖區環遊，相當有趣。

單字

máy bay 飛機
vé máy bay 機票
hồ Hoàn Kiếm 還劍湖
Tây Ninh
（越南地名）西寧省、西寧市
mời 請（客）
bánh xèo 越南煎餅

○ 請用「**một trong những**」的句型來練習下列的句子。

Phở là **một trong những** món ăn nổi tiếng của Việt Nam.
河粉是越南知名的料理之一。

Đọc sách là **một trong những** thói quen hàng ngày của tôi.
讀書是我的日常習慣之一。

Xe khách là **một trong những** phương tiện giao thông.
遊覽車是交通工具之一。

單字

phở 河粉
món ăn 料理
nổi tiếng 有名
đọc sách 讀書
thói quen 習慣
phương tiện giao thông 交通工具

 實戰會話

VB10-04.MP3　VN10-04.MP3

Jeff: Đinh ơi! Hè đến rồi bạn tính đi đâu du lịch không?

Đinh: Tôi đang định đi Việt Nam du lịch. Bạn đi Việt Nam bao giờ chưa?

Jeff: Tôi thường xuyên đi công tác ở Việt Nam. Bạn muốn đi chỗ nào của Việt Nam?

Đinh: Tôi chưa quyết định, theo bạn nếu lần đầu đi Việt Nam du lịch thì nên đi đâu?

Jeff: Cuối tuần sau, tôi chuẩn bị đi Đà Nẵng du lịch, bạn muốn đi cùng không?

Đinh: Bạn đang tính đi Đà Nẵng hả? Tôi nghe nói Đà Nẵng là một trong những phong cảnh đẹp và nổi tiếng ở Việt Nam.

Jeff: Ừ, đúng rồi! Đà nẵng đẹp lắm, đến Đà Nẵng bạn nhất định phải đi cả phố cổ Hội An nữa.

Đinh: Mới nhắc đến thôi mà đã muốn bay ngay đến đó. Vậy có gì bạn cho tôi đi cùng với nhé.

TIP

❶「tính」跟本課講述的「định」相似，有「打算」之意，但更廣義地也有「計算」的意思。

❷「mà」在此當連接詞，形容當前述句子發生之後，緊接著就發生後述的句子，近似於「（但）就…」。

❸「ngay」置於動詞或句子之後，指馬上進行或發生前述動作。（→ 12）

單字

hè 夏（天）　**du lịch** 旅行　**thường xuyên** 經常　**công tác** 出差　**chỗ** 地方、地區　**quyết định** 決定
theo 依、根據　**lần đầu** 頭一次、第一次　**chuẩn bị** 準備　**Đà Nẵng** 峴港　**phong cảnh** 風景
nổi tiếng 有名　**nhất định** 一定　**phố cổ Hội An** 會安古鎮　**nhắc đến** 提到　**bay** 飛

傑夫：阿婷！夏天到了，你有打算到哪去旅遊嗎？

阿婷：我正打算去越南旅遊，你去過越南了嗎？

傑夫：我常常去越南出差，你想去越南的哪裡呢？

阿婷：我還沒決定。依你看，如果第一次去越南旅遊的話，應該去哪裡好呢？

傑夫：下週我準備去峴港旅遊，你要跟我一起去嗎？

阿婷：你打算去峴港啊？我聽說峴港是越南知名的美麗景點之一。

傑夫：嗯！沒錯！峴港超美的！到了峴港後，妳一定要再去整座會安古鎮。

阿婷：才提一下而已就已經好想馬上飛去那邊了！那你就讓我跟你一起去吧！

★ 第一次出現的句子

Bạn đi Việt Nam bao giờ chưa? 你去過越南了嗎？

在前面的課程中，我們分別學過了「bao giờ」跟「chưa」。但當它組合起來成「bao giờ chưa?」時且置於句尾時，就是在詢問對方「是否已經有過前述內容的相關經驗了」。

例 Chị đi xe giường nằm bao giờ chưa?
妳搭過臥鋪巴士了嗎？

★ 緊急求助

下為越南的緊急求助電話：

| 112 天災救助 |
| 113 報警 |
| 114 消防隊 |
| 115 救護車 |

VB10-05.MP3　　VN10-05.MP3

練習題

1. 請聽MP3，並依下列的圖填入越南文。

① _____

② _____

③ _____

④ _____

⑤ _____

⑥ _____

⑦ _____

⑧ _____

⑨ _____

⑩ _____

⑪ _____

⑫ _____

解答：P.232

2. 請重組句子，變成正確有意義的越南語（重組後字首大寫）。

① trời mưa / nếu / tôi / ngày mai / thì / sẽ / đi / đi làm / taxi

→ _____ .

② Việt Nam / phở / là / nổi tiếng / món ăn / một trong những / của

→ _____ .

3. 請將下列的句子翻譯成中文。

① Anh đã đi Sapa bao giờ chưa?

→ _____ ?

② Tôi chưa bao giờ đi Đà Lạt.

→ _____ 。

③ Tôi định đi học bằng xe máy.

→ _____ ?

4. 請聽MP3，並完成下方的對話（字首處大寫）。

A: Tôi Ⓐ _____ đi Vịnh Hạ Long du lịch, bạn đã đi Vịnh Hạ Long Ⓑ _____ chưa?

B: Chưa, tôi chưa đi Vịnh Hạ Long bao giờ. Nghe nói Vịnh Hạ Long đẹp Ⓒ _____ phải không bạn?
Tôi Ⓓ _____ hè này đi Việt Nam chơi.

A: Ⓔ _____ đi Việt Nam _____ bạn nhất định phải đi Vịnh Hạ Long, Vì Vịnh Hạ Long là Ⓖ _____ khu du lịch nổi tiếng của Việt Nam.

B: Vậy thì hè này mình nhất định Ⓗ _____ đi một lần mới được.

169

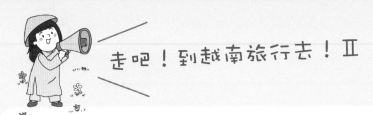
本課來了解「闖蕩越南」時我們可以使用哪些交通工具：

越南的公車

●公車：在大城市中的公車較為發達，計價時依搭乘距離之公里數來計算，亦可以購買月票。要特別提醒的是，由於搭公車的人量多，難免會有扒手出現，貴重物品需格外小心留意。

●計程車：因車行的不同，車身會分別五顏六色的，但大體上還是能在車頂看到 TAXI 的字樣，搭計程車時一樣是跳錶計費。建議多挑選公司大，聲譽好的計程車搭乘，例如：Mai Linh（或南方有 Vinasun）等，較不會有繞遠路或惡意調快計程車錶的糾紛發生。

●多元化計程車：越南透過APP叫車也是行之有年，且相當便利。一般來說在越南可以透過後述的「Grab、Uber，GO-Viet...」等APP叫車。叫車時會先明確報價，乘客同意後才派車，因此幾乎不會發生車資糾紛。而且，還叫得到 xe ôm（抱抱車）喔！

●抱抱車：概念上就是計程機車。它可以透過叫車APP連繫之外，在大城市也常見停在路邊候客的司機。抱抱車的移動力強，塞車時又好鑽，相當便利。但在路邊叫車時，一開始最好先跟司機談妥價錢。

●客運：如果要到較偏遠的鄉鎮，就要搭客運了。它有分一般客運及臥鋪客運兩種，後者因為路程較長，乘客可以躺著睡覺，值得體驗。

●火車：有很多的火車路線，主幹線南北鐵路可以在河內到胡志明市間往返，是環遊越南的選項之一。

●捷運：於 2021 年起正式通車，目前只有河內的 Cát Linh - Hà Đông（吉靈—河東線）。即使如此，仍使現在悠遊河內更加方便。

此外，當步行在路上時，要知道在越南穿越馬路像是在挑戰困難的關卡，行人要習慣往來的車輛流速，一旦踏出第一步後就不要猶豫趕快通過，雖然車子看到行人多會自行減速，但是千萬別在過馬路時使用手機，以免發生危險。

河內的捷運已於 2021 年通車

Em có biết bưu điện ở đâu không?

你知道郵局在哪嗎？

重點文法	更多學習
● qua 通過；透過；（動詞＋）…過	● cho （表示前述行為的目的）為了…
● tiếp 繼續做…（前述動作）	● bị 罹患、受到（某種外傷）
● vậy 那麼…、這麼…、怎麼…	● ơ （程度高）吃驚的發語詞
● bằng 憑…、以…、用…、靠…	● ô （程度更高）吃驚的發語詞
● khoảng 大約…、…左右	

★ 圖解本課單字

北音 VB11-01.MP3　南音 VN11-01.MP3

⓯ **đài phun nước** 噴水池

㉒ **chòi nghỉ** 涼亭

㉑ **tượng đồng** 銅像

⑱ **gà** 雞

⑰ **ao** 水池

❽ 北 **vòng xuyến /**
南 **bùng binh /**
南 **vòng xoay** 圓環

⑲ **vịt** 鴨子

⑳ **ngỗng** 鵝

㉔ **tây** 西

❿ **cây xanh đường phố** 行道樹

⓰ **công viên** 公園

❹ 北 **làn đường dành cho xe ô tô /**
南 **làn đường dành cho xe hơi** 車道

❸ **đường dành cho người đi bộ / lối đi dành cho người đi bộ** 人行道

⓫ **vạch sang đường** 斑馬線

❾ **người đi bộ** 行人

172

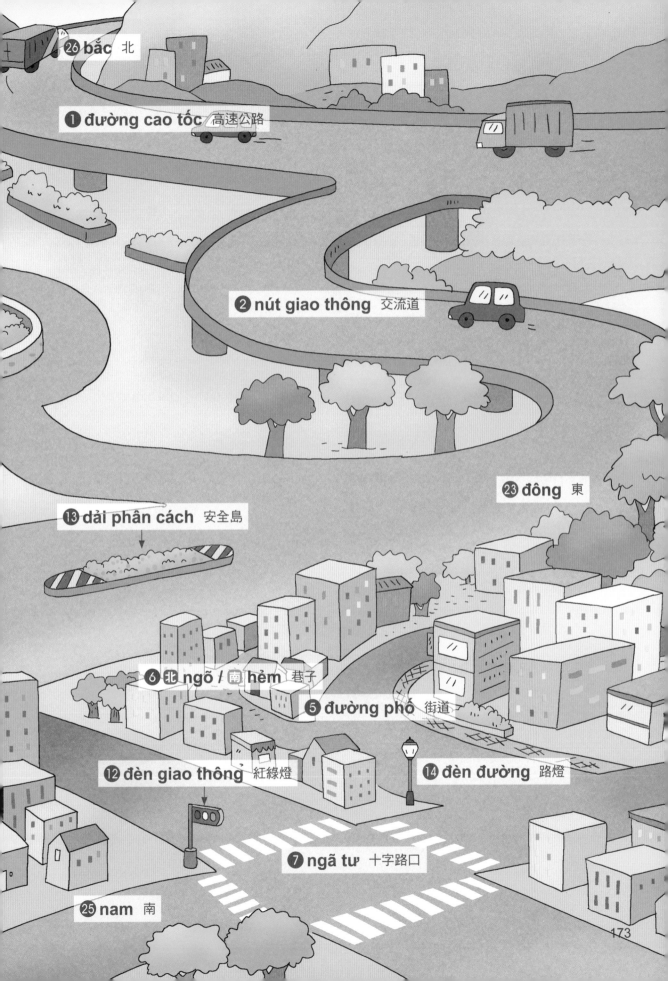

㉖ **bắc** 北

❶ **đường cao tốc** 高速公路

❷ **nút giao thông** 交流道

㉓ **đông** 東

⓭ **dải phân cách** 安全島

❻ 北 **ngõ** / 南 **hẻm** 巷子

❺ **đường phố** 街道

⓬ **đèn giao thông** 紅綠燈

⓮ **đèn đường** 路燈

❼ **ngã tư** 十字路口

㉕ **nam** 南

173

核心文法

1 「**qua**」的用法

「qua」是用於物理移動的通行至另一處的表現，即「通過」的意思。

Hôm qua em đến công ty anh, có đi qua con

昨天　　　　我　到　公司　　　你　有　去　經過　條

đường này.

路　　　這

昨天我去你公司時，有經過這條路。

Lát nữa em sẽ đi qua đường Tây Đam cho nhanh.

稍後　　　我　會　去　過　路　　西酖　　　為了　快

等一下我會去走（過）西酖路，這樣比較快。

TIP

「cho」後接單一形容詞
時，有許多意思，在這裡
面是為了表示後述的形容
詞是前述行為的目的。
（→12）

單字

con （路的量詞）條

lát nữa 稍後

表示以後述的媒介，完成前述的動作，即「透過」的意思。

Tôi gửi tiền về nhà qua ngân hàng.

我　寄　錢　回家　　透過　銀行

我透過銀行匯款回家。

Biết tin tức đó qua tờ báo.

知道　新聞　那　透過　報紙

透過報紙知道了那條新聞。

單字

gửi tiền 匯錢、匯款

tin tức 新聞

tờ báo 報紙

前接動詞，也表達如同中文的「（動詞＋）…過」，指具有相關的經驗。

Tôi có ăn qua chôm chôm.

我　有　吃　過　紅毛丹

我有吃過紅毛丹。

Tôi đã từng xem qua chương trình đó.

我　曾經　　　看　過　節目　　　　那

我曾經看過那個節目。

單字

chôm chôm 紅毛丹

2 「tiếp」的用法

「tiếp」前接動詞（＋目的語），表示「繼續做…（前述動作）」的意思。

Mời anh nói tiếp.
請　你　說　繼續
請你繼續說下去。

Anh muốn giúp em ấy tiếp không?
你　　想　　幫　　她　　　繼續　嗎
你想繼續幫她嗎？

Để tôi hát tiếp.
讓　我　唱　繼續
讓我繼續唱。

單字

hát 唱

3 「vậy」的用法

「vậy」是使話語強調、驚嘆、妥協的語氣，表示「那麼…、這麼…、怎麼…」的意思。

Ơ, căn phòng này nhỏ vậy.
哇　間　房間　　這　小　　這麼
哇！這間房間怎麼這麼小呀！

Không ngờ chôm chôm ngon vậy.
沒想到　　　　紅毛　　　　好吃　那麼
沒想到紅毛丹那麼好吃。

Vậy anh phải giải thích thế nào?
那麼　我　應該　　說明　　　如何
那麼你應該如何說明呢？

TIP

❶「Ơ」是表示吃驚的發語詞，吃驚程度相當地高。　❷當「bị」置於傷、病的名詞之前時，為「罹患、受到（某種外傷）」的意思。（➡14）

單字

căn （量詞）間

phòng 房間

giải thích 說明

4 「**bằng**」的用法

「bằng」一詞有許多的詞性及用意，本課介紹當介詞使用，表明使用對象，以及方式、手段的「憑…、以…、用…、靠…」等意思的詞義。

Em đi làm bằng xe buýt.

我　　去　工作　憑　　公車
我搭公車去上班。（我憑靠公車去上班）

Tôi đi học bằng xe đạp.

我　　去　學　憑　　　腳踏車
我騎腳踏車去上學。（我憑靠腳踏車去上學）

Bạn đi làm bằng gì?

妳　　去　工作　憑　　什麼
你是怎麼去上班的？
（你用什麼交通工具去上班；你去上班憑靠什麼？）

xe buýt　公車
xe đạp　腳踏車

5 「**khoảng**」的用法

「khoảng」是副詞，表示對時間或距離大體上的評估，即中文的「大約、左右」的意思。

Từ đây đến trạm xe buýt khoảng bao lâu?

從　這　到　　公車站　　　　大約　　多久
從這裡到公車站大概要多久？

Chị ấy đến Đài Loan khoảng 10 năm rồi.

她　　　到　台灣　　　大約　　十　年　了
她來台灣大約有十年了。

Anh ấy đi khoảng 30 phút rồi.

他　　　去　大概　　三十分鐘　了
他離開大概有三十分鐘了。

trạm xe buýt　公車站
bao lâu　多久

核心文法現學現賣

請動筆快速填入本課所學的文法，直接加強印象。

1 請直接填入意思為「通過」的「qua」。

★ Lát anh _____ đường Tây Đam gọi cho em nhé.
等等你過了西酞路之後打電話給我喲！

★ Hôm qua em đến công ty anh, có đi _____ con đường này.
昨天我去你公司時，有經過這條路。

> → 請直接填入意思為「透過」的「qua」。

★ Tôi gửi tiền về nhà _____ ngân hàng. 我透過銀行匯款回家。

> → 請直接填入意思為「（動詞＋）…過」的「qua」。

★ Tôi có ăn _____ chôm chôm. 我有吃過紅毛丹。

2 請直接填入意思為「繼續做…（前述動作）」的「tiếp」。

★ Mời anh nói _____. 請你繼續說下去。

★ Để tôi hát _____. 讓我繼續唱。

3 請直接填入意思為「那麼…、這麼…、怎麼…」的「vậy」。

★ Bị viêm dạ dày khó chịu _____. 罹患腸胃炎怎麼那麼難受！

★ _____ anh phải giải thích thế nào? 那麼我應該如何說明呢？

4 請直接填入意思為「憑…、以…、用…、靠…」的「bằng」。

★ Em đi làm _____ xe buýt. 我搭公車去上班。

★ Bạn đi làm _____ gì? 你是怎麼去上班的？

5 請直接填入意思為「大約、左右」的「khoảng」。

★ Chị ấy đến Đài Loan _____ 10 năm rồi. 她來台灣大約有十年了。

★ Anh ấy đi _____ 30 phút rồi. 他離開大概有三十分鐘了。

177

 核心文法練習

○ 請用「**qua**」的句型來練習下列的句子。

Có một người chạy **qua** bên dưới thác nước.

有個人跑過了瀑布的下方。（經過、過了）

Hai vợ chồng đồng lòng nên đã cùng nhau vượt **qua** rất nhiều khó khăn.

小倆口已經齊心越過許多的難關了。（動詞＋過）

Tôi chưa bao giờ ăn **qua** sơ ri.

我還不曾吃過西印度櫻桃。（動詞＋過）

Người dân sẽ nâng cao thu nhập **qua** chính sách mới đó.

人民將能透過新政策提高收入。（方式、手段）

單字

(bên) dưới 下、下方
thác nước 瀑布
đồng lòng 同心、齊心
vượt 越（過）
khó khăn 困難
sơ ri 西印度櫻桃
người dân 人民
nâng cao 提高、提升
thu nhập 收入
chính sách 政策
mới 新

○ 請用「**tiếp**」的句型來練習下列的句子。

Tôi muốn đọc quyển / cuốn sách này **tiếp**.

我想要繼續看這本書。

Con mèo ấy dậy ăn rồi lại chui vào trong tủ ngủ **tiếp**.

那隻貓醒來吃了東西後，又鑽進櫃子裡繼續睡。

Bộ phim này hay quá mẹ cho con xem **tiếp** nhé.

這部影集太好看了，媽媽讓我繼續看吧！

Tôi không muốn đi **tiếp** nữa.

我不想要再繼續走了。

單字

dậy 醒、醒來
chui vào 鑽入
trong 中間、裡面
tủ 櫃子

○ 請用「**vậy**」的句型來練習下列的句子。

Ơ, trên đỉnh núi sao lại có bức tượng to **vậy**.

哇！山頂上居然有尊這麼大的雕像。

Ơ, bên ngoài hoàng cung của Thái Lan đẹp **vậy**.

哇！泰國的皇宮外面怎麼這麼的漂亮！

Vậy nước nằm giữa châu Âu và châu Á là nước nào?

那麼，位於歐洲與亞洲之間的國家是哪個國家呢？

單字

(bên) trên　上、上方

đỉnh núi　山頂

tượng　雕像

to　大

ngoài　外、外面

hoàng cung　皇宮

nằm　位於

giữa　（兩者的）之間

○ 請用「**bằng**」的句型來練習下列的句子。

Anh đi **bằng** gì đến đây?

你搭什麼來的？

Bạn đi ngân hàng **bằng** gì?

你搭什麼去銀行的？

Mình đi **bằng** tàu điện ngầm.

我搭捷運去的。

○ 請用「**khoảng**」的句型來練習下列的句子。

Từ nhà tôi xuống Hà Nội **khoảng** năm mươi phút.

從我家到河內大概五十分鐘。

Khoảng năm giờ chiều mai em qua đằng sau nhà anh.

明天下午大約五點左右我會到你家後面來。

單字

(đằng) sau　後、後面

179

Linh: Em ơi, làm ơn cho chị hỏi, bưu điện Trung Tâm ở đâu?

Sinh viên: Chị đi thẳng, **qua** một ngã tư đi **tiếp**, đến ngã tư thứ hai thì rẽ / quẹo phải, đó là đường Công Xã Paris là sẽ nhìn thấy Bưu Điện Trung Tâm.

Linh: Từ đây đến đó bao xa?

Sinh viên: **Khoảng** 1 ki lô mét.

Linh: À, **vậy** em có biết đường đến Thư viện Quốc Gia đi như thế nào không em?

Sinh Viên: Chị đi thẳng, đến ngã tư trước mặt rẽ / quẹo trái, sau đó đi thẳng, **qua** hai ngã tư nữa, đến ngã tư thứ ba rẽ / quẹo phải, đi **khoảng** 100 mét, thư viện Quốc Gia ở bên tay trái.

Linh: Từ đây đến đó **bằng** xe máy mất bao lâu?

Sinh viên: Không lâu lắm ạ, **khoảng** 20 phút thôi.

Linh: Cảm ơn em nhiều nhé!

Sinh viên: Dạ, không có gì ạ.

單字

bưu điện Trung Tâm 中央郵局　**đi thẳng** 直走　**ngã tư** 十字路口　北 **rẽ** / 南 **quẹo** 轉、轉
(bên) phải 右、右邊　**nhìn thấy** 看見　**bao xa** 多遠　**ki lô mét** 公里　**thư viện** 圖書館　**quốc gia** 國家
thế nào 如何　**trước mặt** 前面、之前　**(đằng) trước** 前、前面　**(bên) trái** 左、左邊　**mét** 公尺
bên tay trái 左手邊　**bao lâu** 多久

阿　玲：同學請問一下，中央郵局在哪裡呢？

大學生：請您直走，過了十字路口繼續走，到了第二個十字路口後右轉就會接到巴黎公社路，
　　　　在那裡就能中央郵局了。

阿　玲：從這裡去那裡去要多遠啊？

大學生：大約一公里左右。

阿　玲：對了，那請問你知道到國家圖書館的路怎麼走嗎？

大學生：請您直走，到了十字路口前面左轉，然後再直走，再過了兩個十字路口後，在第三
　　　　個十字路口處右轉後再走大約100公尺左右，國家圖書館就在左手邊了。

阿　玲：從這裡到那裡騎車要花多久時間呢？

大學生：沒有很久，大概20分左右而已。

阿　玲：好的，非常感謝你喔！

大學生：不客氣！

★ 問路的必用金句

Làm ơn cho chị hỏi, bưu điện Trung Tâm ở đâu? 請問一下，中央郵局在哪裡呢？

　　我們之前在第 9 課中有學過「làm ơn ＋ cho ＋人稱代名詞＋動詞」的句型，這也能
活用於問路時的表現，只要把想要詢問的地點置於此句型及「ở đâu?（在哪？）」之間，
就能禮貌性地達到問路的目的。

Em có biết đường đến Thư viện Quốc Gia đi như thế nào vậy em?
你知道到國家圖書館的路怎麼走嗎？

　　在這句話中，（「đường đến（到⋯的路）」＋地點＋「đi như thế nào（該怎麼走）」）
也是問路的固定重要句型。只要記下來，把中間地點的部分替換掉，要去哪都可以輕鬆
問到路了。

1. 請聽MP3，並看下面圖片中的動作回答下面的句子。

① A: Xin hỏi, đường đến thư viện đi như thế nào?

　　 B: Đi thẳng qua ngã tư _____ là đến nơi.

② A: Xin hỏi, đường đến ngân hàng đi như thế nào?

　　 B: Qua hai ngã tư _____ là đến nơi.

③ A: Xin hỏi, đường đến khách sạn đi như thế nào?

　　 B: _____ khoảng 800 mét bên tay trái.

①　　　　　　②　　　　　　③

2. 請將下列的句子翻譯成中文。

① Từ sân bay Nội Bài đến bến xe Mỹ Đình mất bao lâu?

→ _____ ?

② Tôi muốn học tiếng Việt tiếp.

→ _____ 。

③ TP. Vũng Tàu cách TP. HCM bao xa?

→ _____ ?

④ Tôi đi bằng xe máy.

→ _____ 。

⑤ Khoảng 25 phút.

→ _____ 。

單字

bến xe Mỹ Đình
美亭車站

TP. Vũng Tàu
頭頓市

cách 距⋯、離⋯

解答：P.233

3. 請重組句子，變成正確有意義的越南語（重組後字首大寫）。

① ở / tôi / định / đây / mưa / tạnh / chưa / chờ / tiếp / ,

→ ____.

② nhiều / uống rượu / anh / vậy / sao

→ ____?

③ Việt Nam / qua / tiếng Việt / học / tin tức / em

→ ____.

④ xe buýt / đi làm / Linh / bằng / thường

→ ____.

⑤ Hội An / làm ơn / hỏi / đến / đường / phố cổ / đi / như / tôi / cho / thế nào / ,

→ ____?

單字

tạnh （雨）停

uống rượu 喝酒

4. 請聽MP3，並完成下方的對話。

A: Chị Ⓐ____________ cho tôi hỏi, đường đến nhà hàng Kiều Trang đi như thế nào ạ?

B: Anh Ⓑ____________ thẳng, đến ngã ba thì Ⓒ____________, sau đó đi thẳng, đến ngã tư rẽ / quẹo phải, đi Ⓓ____________ 200 mét nữa, nhà hàng Kiều Trang ở Ⓔ____________.

A: Từ đây đến đó có Ⓕ____________ không ạ?

B: Không xa lắm, khoảng 1 ki lô mét thôi.

A: Vâng / Dạ, cảm ơn chị.

在學習越南語的過程中，你是否曾對「đường phố」、「đường」、「phố」這幾個詞對應中文時產生混淆過呢？

在越南語中，「đường」是指道路中的路寬最大的，像高速公路、省市相接的道路及大型幹道等，通常有到好幾個車道以上的一定是「đường」；至於「phố」的話就是路寬明顯較小的道路，通常是兩側會緊鄰著建築房舍的路段了。一般旅遊過越南的人應該對於還劍湖旁的三十六古街並不陌生吧！這裡的路幅度不寬，兩邊建築物林立，熱鬧無比，但重點這裡都是：「phố hàng bông（棉花貨街）、phố hàng nón（斗笠貨街）...」，這種感覺的路況便是「phố」，也就是中文「街」的層級。當然，這還不是最小的，在「phố」之下有時還會在建築物中看到細細的小路，這就等於是中文裡的巷了。「巷」在越南語的南、北用詞不太一樣，這裡也簡單的說明一下，越南的北方一般會稱「巷」為「ngõ」，而在南方則稱為「hẻm」。上述這些字也都會出現在越南的地址裡，因些概念弄清楚後，下次你看到一個越南地址時，你就可以更具體想像出該地址處大概是什麼樣的地方。至於「đường phố」則是指城市中大大小小的「路」的總稱，也就是「道路、街道」的意思。

路幅寬大的是「đường」

兩側建築物較近，路幅次大的是「phố」

比「phố」路幅更狹小的則是
「北 ngõ / 南 hem」

越南還有一項街道特色，就是越南的路名絕大多數都是以人名下去命名的。這些人名通常是古代的帝王將相、越南政府的功臣，甚至於有對越南有貢獻的外國人們等。因為這些歷史人物功不可沒，故以他們的名字命名，以茲紀念。這種現象也向上應用在城市名中，例如：大家一定都知道的胡志明市（Hồ Chí Minh → 胡伯伯的名字），或西寧省的楊明珠縣（Dương Minh Châu → 西寧的一位抗戰行政委員會的主席）等皆是如此。

圖中的兩條路便是以人名命名

註 左邊配圖中的「Đội Cấn」是一位反抗法國殖民政權的領袖；而「Giang Văn Minh」則是越南後黎朝時期的一位政治人物。

Bài 12

Làm ơn cho chúng tôi xem thực đơn.

請給我們看菜單。

重點文法

- **cho** 給、讓；表示目的；（置於句尾）
  表示小小的請求
- **thêm** 添
- **nữa** 更加地
- **thêm ... nữa** 更加添
- **nào cũng** 所有的⋯都⋯
- **ai cũng** 誰⋯都⋯
- **lại** 又、還、再；來、至；趨向動詞
- **ngay** 立即、馬上

更多學習

- **cần** 要⋯
- **nào** 帶有說服、命令聽者的加強語氣詞
- **là** （本課之釋義為）就⋯
- **xin hãy** （希望聽者順從自己的意見或要求）請⋯
- **cứ** （本課之釋義為）果決地做⋯

★ 圖解本課單字

VB12-01.MP3　北音
VN12-01.MP3　南音

❶ **quầy tính tiền** 收銀台

❿ **bánh mì** 越南法國麵包

❺ **đũa** 筷子

⓫ **gọi món** 點菜

❻ 北 **thìa** / 南 **muỗng** 湯匙　❼ **dao** 餐刀

❹ **nhân viên phục vụ** 服務生

❽ 北 **dĩa** / 南 **nĩa** 叉子

186

16 北 **xì dầu** / 南 **nước tương** 醬油

14 **giấm** 醋

20 **nấu ăn** 烹調、料理、煮飯

13 **muối** 鹽

15 **nước mắm** 魚露

12 **đường** 糖

24 **bếp ga** 瓦斯爐

10 **cái nồi** / **xoong** 鍋子

2 **nhà bếp** 廚房

3 **đầu bếp** 廚師

18 **thịt** 肉

22 **dao** 菜刀

17 **rau** 蔬菜

21 **thực đơn** / **menu** 菜單

23 **thớt** 砧板

25 北 **bồn rửa bát** / 南 **bồn rửa chén** 廚房水槽

9 北 **bát** / 南 **chén** 碗

核心文法

1 「cho」的用法

「cho」有很多的意思。以下依序說明，首先是表示給予（對象物品）或是抽象動作所觸及的對象，相似於中文的「給」或「讓」等。

Cho tôi một bát / tô phở bò.

給　我　一　碗　河粉牛肉

給我一碗牛肉河粉。

Cho em thêm đôi đũa.

給　我　加　雙　筷子

給我加一雙筷子。（讓我加一雙筷子。）

TIP

❶「thêm」是「添加」之意，下一頁會有詳解。
❷在北音中，不論碗口大小的碗都是「bát」。

單字

北 **bát** / 南 **tô**（碗口大的）大碗

đôi（筷子量詞）雙

đũa 筷子

此外「cho」可後接單一形容詞（僅一個詞彙的形容詞）或句子，用以表示後述內容為一個基準，並要求對方在符合此基準的前提下進行前述動作，或是表示進行前述動作的目的。

Mày phải nói cho rõ.

你　應該　說　給　清楚

你應該把話講清楚。（表示要求：要對方講，要求到清楚的程度）

Chờ cho mọi người đến đủ mới vào học.

等　給　所有人　到　足夠　才　進入　學

等大家都到齊了才上課。（表示目的：等待是為了要所有人到齊）

單字

mọi người 大家、所有人

đến đủ 到齊

vào học（開始）上課；入學

thông cảm 包涵、諒解、原諒

置於詞尾時，可當語助詞，有點小小的請求、提議的語感在裡面。

Xin anh thông cảm cho.

請　你　見諒　拜託啦

請您見諒。

② 「thêm / nữa / thêm ... nữa」的用法

這三個文法是一樣的意思，都用於表示要添加某些東西或數量的時候使用。可以單使用「thêm（添。置於追加的東西前）」或「nữa（更加地。置於追加的東西後）」，也可以完整地應用出「thêm ... nữa（添更多…）」的組合。

Cho tôi thêm một chút đường.
給　我　添　一　點點　糖
幫我加一些糖。

Cho tôi một đĩa / dĩa thịt gà luộc nữa.
給　我　一　盤　　　肉　雞　白煮　再
請再給我一盤白斬雞。

Mẹ có cần mua thêm gì nữa không?
媽媽　有　要　買　添　什麼　再　嗎
媽媽還需要再加買些什麼嗎？

> **TIP**
> 「cần」是有提出需要或是請求後述內容的意思，即與中文的「要」相同。

> **單字**
> **gà luộc** 白斬雞

③ 「nào cũng / ai cũng」的用法

這兩個文法表示全部的數量都歸屬在同樣的屬性裡，即「（所有的）…都…」的意思。但「ai」是「誰」的意思，所以其中「ai cũng」侷限於「人」的應用，即「誰都…」、「每個人都…」。

Ở lớp tôi, ai cũng có thể nói tiếng Trung.
在　班級　我　誰　也　　可以　　說　中文
在我的班上，每個人都會講中文。

Sinh viên nào cũng giỏi.
大學生　　　哪　也　　棒
每個（大）學生都很厲害。

Ngày nào cũng phải đi làm.
天　哪　也　得　去　上班
每天都得去上班。

> **單字**
> **lớp** 班、班級
> **sinh viên** 大學生
> **giỏi** 棒、厲害

4 「lại」的用法

　　「lại」這一詞相當廣義，可以當作是副詞、動詞及輔助使動作延伸移動的趨向動詞。本單元將三者皆做出說明，首先是當複詞時，有「又」、「再」、「還」的意思。

Chị có thể nói lại một lần nữa không?

妳　　可以　　說　再　一次　　　再　　嗎
妳可以再說一次嗎？

Hôm nay lại ăn phở bò.

今天　　　　又　吃　河粉　牛肉
今天又吃牛肉河粉。

　　當動詞時，有「來」、「至」的意思。

Ngoan, lại đây bà cho kẹo nào.

乖　　　　過來 這　奶奶 給　糖　呀
乖！到奶奶這來，奶奶給你糖呀！

TIP

「nào」置於句尾是加強語氣的語助詞，帶有說服、命令聽者的含義。

單字

kẹo 糖、糖果

　　當趨向動詞時，表達動作的補助延伸，類似中文的「…（起）來、…上」等的意義。

Đóng cửa lại.

關　　　門　　來
門關起來。

單字

đóng cửa 關門

5 「ngay」的用法

　　「ngay」是置於動詞之後，表示火速進行前述動作，即「立即、馬上」的意思。

Chúng tôi về nhà ngay.

我們　　　　回家　馬上
我們馬上回去。

Đi học về là tôi nấu ăn ngay.

下課　　　回來 是 我 煮吃的　　馬上
下課回來我就馬上煮飯。

Đến quán ăn là gọi món ngay.

到　　餐廳　　　是 叫 菜　馬上
到了餐廳就馬上點菜。

TIP

「là」有很多意思，在這裡因為不是介於名詞與名詞之間，而是動詞與動詞之間，故不能當作「是」的意思，可以當作「就」來想。

單字

quán ăn 餐館、餐廳

gọi món 點菜

核心文法現學現賣

請動筆快速填入本課所學的文法，直接加強印象。

1 請直接填入意思為「給」的「cho」。

★ _____ em thêm đôi đũa. 給我加一雙筷子。

→ 請直接填入意思為以後述內容為基準，並要求對方在符合此基準的前提下進行的前述動作，或是表示進行前述動作的目的的「cho」。

★ Mày phải nói _____ rõ. 你應該把話講清楚。

★ Chờ _____ mọi người đến đủ mới vào học.
等大家都到齊了才上課。

2 請依序直接填入意思分別為「添；更加地」的「thêm, nữa」。

★ Cho tôi _____ một chút đường. 幫我加一些糖。

★ Cho tôi một đĩa / dĩa thịt gà luộc _____. 請再給我一盤白斬雞。

3 請依序直接填入意思分別為「（所有的）…都…；每個人都…、誰都…」的「nào cũng, ai cũng」。

★ Sinh viên _____ giỏi. 每個（大）學生都很厲害！

★ Ở lớp tôi, _____ có thể nói tiếng Trung.
在我的班上，每個人都會講中文。

4 請直接填入意思為「又、再、還」的「lại」。

★ Chị có thể nói _____ một lần nữa không? 妳可以再說一次嗎？

★ Hôm nay _____ ăn phở bò. 今天又吃牛肉河粉。

→ 請直接填入意思為「來、至」的「lại」。

★ Ngoan, _____ đây bà cho kẹo nào.
乖！到奶奶這來，奶奶給你糖呀！

5 請直接填入意思為「馬上」的「ngay」。

★ Chúng tôi về nhà _____. 我們馬上回家。

★ Đến quán ăn là gọi món _____. 到了餐廳就馬上點菜。

請用「 **cho** 」的句型來練習下列的句子。

Em có thể **cho** anh số điện thoại được không?

妳可以給我電話號碼嗎？（表示給予）

Để em làm **cho** nhanh.

讓我來做比較快。（表示目的）

Chuyện này anh phải giải thích **cho** rõ ràng mới được.

這件事你要解釋清楚才行。（表示要求）

Mua cái này **cho** rẻ.

買這個比較便宜。（表示結果）

生字

số điện thoại 電話號碼

rõ ràng 清楚

請用「 **thêm / nữa / thêm ... nữa** 」的句型來練習下列的句子。

Em muốn mua **thêm** gì không?

妳想加買些什麼嗎？

Xin hãy cho anh một cơ hội **nữa**.

請再給我一次機會。

Anh, có cần cho **thêm** muối **nữa** không?

哥哥，要再加鹽巴嗎？

Cho em **thêm** một chút hành **nữa** được không ạ?

可以再給我一點蔥嗎？

Em có muốn **thêm** nước mắm nữa không?

你還要不要再加魚露？

TIP

「xin hãy」或是「hãy」都是後接動詞，依句子的情況不一，「hãy」分別表示要求對方能進行或完成後述的動作或請求的溫和命令口吻。當有「xin」時，則語氣沒有命令的口吻，更為和緩。

生字

cơ hội 機會

nước mắm 魚露

○ 請用「**nào cũng / ai cũng**」的句型來練習下列的句子。

Tôi đi Việt Nam mấy lần rồi, nhưng lần **nào cũng** chỉ là đi công tác thôi.

我去越南很多次了，但每次都只是出公差而已。

Cô gái Việt Nam **nào cũng** rất xinh đẹp.

每個越南女孩子都很漂亮。

Cách nói đó vô cùng hoang đường, chắc là **ai cũng** không tin.

那種說法過於荒唐無稽，想必是沒有人會相信。

單字

công tác 公差
xinh đẹp 漂亮
cách nói 說法
vô cùng 極度、極度
hoang đường 荒唐
tin 相信

○ 請用「**lại**」的句型來練習下列的句子。

Xem **lại** trên ứng dụng được không?

再看一次APP好嗎？

Mùa đông năm nay trời **lại** có tuyết rồi.

今年的冬天又下雪了。

Tôi ăn đi ăn **lại** món gỏi cuốn mà không thấy ngán.

吃來吃去我還是覺得生春捲吃不膩。

單字

ứng dụng
APP、應用程式
tuyết 雪
ngán 膩
gỏi cuốn 越南生春捲

○ 請用「**ngay**」的句型來練習下列的句子。

Nhìn thấy em là anh hết mệt **ngay**.

看到妳馬上就不會累了。

Đồ ăn của anh đến **ngay** đây ạ.

你點的餐馬上就來。

單字

nhìn thấy 看到
mệt 累
đồ ăn 食物

 **實戰會話**

 北音 VB12-04.MP3 南音 VN12-04.MP3

Lan: Anh ơi, làm ơn cho chúng tôi xem thực đơn.

Nhân viên phục vụ: Vâng / Dạ, thực đơn của anh chị đây ạ!

Nam: Quán này món nào cũng ngon, hôm nay tôi muốn gọi lẩu hải sản.

Lan: Vậy tôi gọi lẩu bò đi. Chúng ta có nên gọi thêm gì nữa không?

Nam: Thôi, chúng ta cứ gọi như vậy trước đi, nếu thiếu thì mình lại gọi thêm, lỡ ăn không hết lại lãng phí thức ăn.

Lan: OK. (Gọi nhân viên phục vụ) Anh ơi! Cho em một lẩu hải sản và một lẩu bò.

Nhân viên phục vụ: Các anh chị có gọi thêm đồ uống không ạ?

Lan: Cho mình 1 cô-ca đi.

Nam: Cho mình một bia Hà Nội.

Nhân viên phục vụ: Vâng / Dạ, có ngay ạ, lẩu thì xin anh chị vui lòng chờ một lát ạ!

TIP

「cứ」是個意義上比較多元的詞，它是不計前因後果，堅定地執行後述動作的意思。（在本會話中，有「我們先（不要想這麼多，）叫這些就好了。」之意）

單字

quán（quán ăn 的簡稱）餐館、餐廳 **thực đơn** 菜單 **Món (ăn)** 道（菜） **ngon** 美味、好吃

gọi 叫；（在餐廳）點（菜） **lẩu hải sản** 海鮮火鍋 **lẩu bò** 牛肉火鍋 **trước** 先 **thiếu** 缺、缺少 **lỡ** 萬一

lãng phí 浪費 **thức ăn** 食物 **đồ uống** 飲食 **cô-ca** 可樂 **bia** 啤酒 **vui lòng** 樂意 **chờ một lát** 等一下

阿　蘭：先生，請給我們看一下菜單。

服務生：好的！這是各位的菜單。

阿　南：這家店真的是什麼都好吃！我今天想要點海鮮火鍋。

阿　蘭：那我點牛肉火鍋好了，我們還要再加點什麼嗎？

阿　南：不用，我們先這點這些就夠了，不夠時再加點。不然吃不完又浪費食物。

阿　蘭：好的！（叫服務生）先生！請給我一個海鮮火鍋跟一個牛肉火鍋。

服務生：好的，請問各位要加點飲料嗎？

阿　蘭：給我一瓶可樂好了。

阿　南：那我要一罐河內啤酒。

服務生：好的！馬上來！火鍋請各位稍等一下喔！

★ 在餐館裡常用的越南語

◆第一次點餐

cho tôi ＋數量＋（量詞＋）菜名

例 Cho tôi một bát / tô phở bò. 請給我一碗牛肉河粉。

◆加點

cho tôi thêm ＋數量＋（量詞＋）菜名＋ nữa

例 Cho tôi thêm 2 bánh mì thịt nữa. 請再給我兩條越式法國麵包。

◆結帳

Em ơi, tính tiền. 小姐（妹妹）唷！買單（講完就會有人來收錢了）

Thanh toán. 買單（一樣講完就會有人來收錢了）

Tổng cộng bao nhiêu tiền? 總共多少錢？

◆餐具

北 đĩa / 南 dĩa 盤子；（量詞）盤	北 bát / 南 chén 碗；（量詞）碗	北 cốc / 南 ly 杯子；（量詞）杯
北 thìa / 南 muỗng 湯匙	đũa 筷子	dao 餐刀
北 dĩa / 南 nĩa 叉子		

另外，在餐館購買餐點時，若要內用則是「dùng ở đây」，若要外帶時說「mang về」就可以了？

 **練習題**

VB12-05.MP3   VN12-05.MP3

1. 請用「ai cũng, nào cũng」的句型，完成下面的句子。

① Người Việt Nam _____ gầy / ốm.
所有的越南人都很瘦。

② Ở nông thôn nhà _____ có vườn.
在農村裡每家都有庭園。

③ Phụ nữ, _____ muốn được yêu thương.
每個女人都想要受人疼愛。

④ Trong siêu thị, hàng hoá _____ đóng gói rất đẹp.
超市裡，每樣商品都包裝得很精美。

⑤ Anh ấy ngày _____ phải đi đón con.
他每天都要去接小孩。

單字

hàng hoá 商品、貨品　**đóng gói** 包裝　**đón con** 接小孩

2. 請重組句子，變成正確有意義的越南語（重組後字首大寫）。

① tính tiền / anh ơi / làm ơn / ,

→ _____ .

② có / hôm nay / không / canh chua

→ _____ .

③ thêm / cho / một / đôi đũa / tôi / nữa / phiền anh

→ _____ .

④ phở bò / biết / nhìn / ngay / là

→ _____ .

⑤ trời mưa / nếu / ngày mai / tôi / thì / ở nhà

→ _____ .

196

Bài 12

⑥ ạ / sẽ / lên / được / mang / ngay / thịt gà luộc

→ _____ .

⑦ chỉ / tôi / ăn / thích / thôi / lẩu hải sản

→ _____ .

⑧ lại / tối nay / à / chúng ta / ăn lẩu

→ _____ .

單字

canh chua 越式酸湯　**phiền** 麻煩（你）

3. 請聽MP3，並完成下方的對話。

A: Em Ⓐ _____ gì?

B: Ⓑ _____ em một cốc / ly nước chanh. Ⓒ _____ anh?

A: Anh uống Ⓓ _____ . Anh ơi, cho tôi một cốc / ly

Ⓔ _____ và một cốc / ly cà phê đen đá.

À, cho Ⓕ _____ một đĩa hoa quả / dĩa trái cây nữa nhé.

C: Vâng / Dạ, anh chị Ⓖ _____ một lát ạ.

B: Anh ơi, Ⓗ _____ !

C: Của anh chị, cả nước chanh, cà phê lẫn hoa quả / trái cây là 80.000 đồng.

單字

nước chanh 檸檬汁

北 **hoa quả** / 南 **trái cây** 水果

cà phê đen đá 冰黑咖啡

越南北部家庭的用餐禮儀

不同國家有不同的文化禮儀，特別是跟越南的長輩一起用餐的時候，首先要把握一個大原則，那就是要遵守由年紀越大的長者優先開動，晚輩不可以比長輩先動筷子，相對的必須負責做好飯前的各項準備，其中包括了排碗筷、盛飯等等。「食」是大事，特別是在越南北部的家庭裡，依舊重視著用餐時的傳統禮俗，即一般等到全家就座之後，需由年紀小的晚輩主動先行對長輩做餐前的禮儀問候。

「那…是什麼樣的餐前禮儀問候呢？」

一般來說，在開飯之前，必須由孩子恭請父母用餐，孩子要先對著尊長、父母說：「Con mời bố mẹ ăn cơm（孩兒恭請父母用膳）」（比較重視傳統的家庭，孩童在請示父母吃飯的同時，會如同第1課所述，孩子也必須在請示的同時做出兩手交叉的動作），待孩子禮畢之後，父母則開始用碗筷，接著大家就自自然然地開始用餐。如果若你剛好是一場飯局之中最年長的那位長輩時，那就必須要由你先動筷子，這樣在座的其他人也才好意思跟著開動。

基於對用餐的講究及重視，所以越南傳統上有流傳著這麼一句話：「ăn trông nồi ngồi trông hướng（吃時要會看鍋、坐下時要會看方向）」。話中的「ăn trông nồi（吃時要會看鍋）」，是在勸告每個人當用餐時要姿態端正，食量也需有所節制，不可貪圖他人的份，特別是有長輩在場的情況下，更要懂得收斂。而「ngồi trông hướng（坐下時要會看方向）」，則告誡人們不論在任何場合下（不僅是吃飯），站與坐的任何舉手投足都必須講究禮貌，並應適時適所地讓位給需要的老弱婦孺。我們的祖先運用了上述成語的智慧，深深地教化了後代要懂得學會看場合適當行事的道理。

雖因是外國人，即使不懂而且未遵行上述的禮儀文化，也不會被怪罪的。但上述的所有越南禮儀若身為一個外國人的你能夠了解並且進一步的實踐，那在越南人的心中可是會大大的加分喔。

Cái váy này còn có những màu gì?

這件裙子還有哪些顏色的呢？

重點文法

- ... đi （本課的釋義為）…吧！
- bao nhiêu tiền? 多少錢？
- giá bao nhiêu? 怎麼算？
- thử 嘗試
- màu gì? 什麼顏色？
- hơi 有點…

更多學習

- của …的
- khá 相當地…、頗為…、很…

VB13-01.MP3 北音
VN13-01.MP3 南音

㉗ găng tay 手套

⑪ áo khoác 外套

⑫ áo sơ mi 襯衫

③ áo ngắn tay 短袖

② áo dài tay 長袖

⑥ quần dài 長褲

⑯ 北 quần bò / 南 quần jeans 牛仔褲

㉓ váy xếp ly / váy xòe xếp ly 百摺裙

⑧ váy 裙子

⑰ 北 áo phông / 南 áo thun T恤

⑨ váy dài 長裙

⑬ áo vest 西裝

⑭ áo vest nữ 套裝

⑤ quần 褲子

④ **cổ áo** 領子、衣領

① **áo** 衣服

② **váy yếm** 背心裙

⑱ **áo thể thao** 運動服

㉑ **áo thủy thủ** 水手服

⑦ **quần ngắn** 短褲

⑩ **váy ngắn** 短裙

⑲ **quần thể thao** 運動褲

㉘ 北 **tất** / 南 **vớ** 襪子

⑳ **áo hai dây** 細肩帶裝

㉖ **đồ bơi** 泳裝

⑮ **đồng phục** 制服

㉙ **(cái) yếm** 女用肚兜

㉚ **áo dài** 越式長袍、國服

㉔ **áo ngực** 胸罩

㉕ **quần lót / quần sịp** 內褲

201

 **核心文法**

 北音 VB13-02.MP3
 南音 VN13-02.MP3

1 「 **... đi** 」的用法

「đi」分別有「去」及當語尾助詞的「吧」的意思，本課重點在語尾助詞的應用上。

Ngày mai chúng mình đi chợ đi.

明天　　　我們　　　　　　　去　市場　吧

明天我們去市場吧！

單字

chợ 市場

chúng mình
（包括所有人的）我們

rau 蔬菜

Em ăn đi.

你　吃　吧

你吃吧！

Chút nữa đi mua rau với em đi.

等等　　再　去　買　蔬菜　跟　我　去

等等再跟我一起去買蔬菜吧！

Ngày mai chúng mình đi thư viện đi.

明天　　　我們　　　　　　　去　圖書館　　吧

明天我們去圖書館吧！

2 「 **bao nhiêu tiền?** 」的用法

「bao nhiêu tiền?」及「商品名稱 + giá bao nhiêu?」是購物時詢問價錢的常用金句。此外，若購買的商品不可數，需要以斤兩秤重來算，斤兩的部分需置於此兩個句型之後。

Cái này bao nhiêu tiền?

這個　　　多少　　　　錢

這個多少錢？

單字

北 **cân** / 南 **ký** 公斤

Bao nhiêu tiền một cân / ký?

多少　　　　　錢　一　斤

一斤多少錢？

Cái áo này giá bao nhiêu?

件　衣服　這　價　多少

這件衣服多少錢？

Chiếc điện thoại này giá bao nhiêu?

支　　手機　　　這　價　多少

這支手機多少錢？

③ 「thử」的用法

「thử」是「嘗試」的意思，可任意置於動詞的前方或後方，都可表示嘗試進行前、後動作的意思。

Cam này có được ăn thử không?

橘子　這　有　可以　吃　試　嗎

這橘子可以試吃嗎？

Chị ăn thử cái này đi.

妳　吃　試　個　這　吧

妳試吃這個吧！

Chị thử ăn kim chi đi.

妳　試　吃　泡菜　吧

妳試吃泡菜吧！

單字

cam 橘子

kim chi 泡菜

④ 「màu gì?」的用法

「màu」是「顏色」的意思，一般可以搭配「gì」詢問什麼顏色。前面再加上主詞時，就很明確地在詢問主詞的顏色。

Quả / Trái dưa hấu màu gì?

顆　　　西瓜　　顏色　什麼

西瓜是什麼顏色？

Nghi phạm mặc áo màu gì?

嫌犯　　　穿　衣服　顏色　什麼

嫌犯穿的是什麼顏色的衣服？

Cái này màu gì?

這個　　顏色　什麼

這個是什麼顏色？

Lông chim công màu gì?

毛　孔雀　　　顏色　什麼

孔雀毛是什麼顏色？

單字

dưa hấu 西瓜

北 **quả** / 南 **trái**
（各種水果的量詞）顆、根、粒…等等

nghi phạm 嫌犯

lông 毛

chim công 孔雀

5 「**hơi**」的用法

「hơi」表示形容「輕微的程度」，即「有點…」的意思，一般用於修飾形容詞及心理動詞。

Thời tiết hôm nay hơi nóng.
天氣　　　今天　　　有點　熱
今天的天氣有點熱。

Hôm nay tôi hơi mệt.
今天　　　我　有點　累
今天我有點累。

Cam này hơi chua.
橘子　這　有點　酸
這橘子有點酸。

Cái quần này hơi rộng.
個　褲子　這　有點　寬
這條褲子有點寬。

Sầu riêng hơi thối.
榴槤　　　　有點　臭
這條褲子有點寬。

<table>
<tr><td>單字</td></tr>
</table>

nóng 熱、燙
đói 餓
chua 酸
rộng 寬
sầu riêng 榴槤
thối 臭

與「rất、lắm、quá」相較，則如「hơi < rất < lắm < quá」般表現出最輕微的程度。

Anh hơi đói.
我　　有點　餓
我有點餓。（程度輕微）

Anh rất đói.
我　　很　餓
我很餓。（程度次高）

Anh đói lắm.
我　餓　很
我很餓。（程度更高）

Anh đói quá.
我　餓　太過
我太餓了。（程度極高）

核心文法現學現賣

請動筆快速填入本課所學的文法，直接加強印象。

1 請直接填入意思為「吧」的「đi」。

★ Em ăn _____. 你吃吧！

★ Ngày mai chúng mình đi thư viện _____. 明天我們去圖書館吧！

★ Chút nữa đi mua rau với em _____. 等等再跟我一起去買蔬菜吧！

2 請依序直接填入意思為「多少錢？」的「bao nhiêu tiền?」及「giá bao nhiêu?」。

★ Cái này _____. 這個多少錢？

★ _____ một cân / ký? 一斤多少錢？。

★ Cái áo này _____. 這件衣服多少錢？

★ Chiếc điện thoại này _____. 這支手機多少錢？

3 請直接填入意思為「嘗試」的「thử」。

★ Chị ăn _____ cái này đi. 妳試吃這個吧！

★ Cam này có được ăn _____ không? 這橘子可以試吃嗎？

★ Chị _____ ăn kim chi đi. 你試吃泡菜吧！

4 請直接填入意思為「什麼顏色？」的「màu gì?」。

★ Cái này _____? 這個是什麼顏色？

★ Lông chim công _____? 孔雀毛是什麼顏色？

★ Nghi phạm mặc áo _____? 嫌犯穿的是什麼顏色的衣服？

5 請直接填入意思為「有點」的「hơi」。

★ Thời tiết hôm nay _____ nóng. 今天的天氣有點熱。

★ Anh _____ đói. 我有點餓。

◯ 請用「**đi**」的句型來練習下列的句子。

Cuối tuần này chúng mình đi mua mít **đi**.

這個週末我們去買菠蘿蜜吧！

Em nên đổi điện thoại mới **đi**.

妳該換新手機了吧！

Anh đi rút tiền **đi**.

你去提款吧！

Chúng mình chọn xoài **đi**.

我們選芒果吧！

Em nên đi học thêm tiếng Anh **đi**.

妳應該再去補習英文了吧！

單字

mít 波蘿蜜

nên 應該

rút tiền 提款

xoài 芒果

chọn 選、選擇

◯ 請用「**bao nhiêu tiền?**；商品名＋**giá bao nhiêu?**」的句型來練習下列的句子。

Máy tính của anh **giá bao nhiêu?**

你的電腦多少錢？

Cái mũ / nón này **giá bao nhiêu?**

這頂帽子多少錢？

Nho bao nhiêu tiền một cân / ký?

葡萄一斤多少錢？

Của em tổng cộng **bao nhiêu tiền?**

我的總共多少錢？

Cốc / Ly **trà sữa trân châu** này **bao nhiêu tiền?**

這杯珍珠奶茶多少錢？

TIP

❶第3課我們學過了「của」，但它也可以直接置於句首，聽起來會像我們中文說的「…的（表示出所屬權，實際所述之物便省略）」。 ❷當北方講「nón」時，指的是口語的「斗笠」（正式說法是「nón lá」）。

單字

北 **mũ** / 南 **nón** 帽子

nho 葡萄

tổng cộng 總共

trà sữa trân châu
珍珠奶茶

○ 請用「**thử**」的句型來練習下列的句子。

Anh ăn **thử** trứng vịt lộn / hột vịt lộn bao giờ chưa?

你試吃過鴨仔蛋了嗎？

Em mặc **thử** cái áo này xem có vừa không?

你試穿這件衣服看看合不合身？

Hôm nay anh mới **thử** ăn chôm chôm, cũng khá ngon.

今天我才剛試吃紅毛丹，也很好吃。

單字

🔼 **trứng vịt lộn /**
🔽 **hột vịt lộn** 鴨仔蛋

vừa 合適、合身

chôm chôm 紅毛丹

○ 請用「**màu gì**」的句型來練習下列的句子。

Điện thoại của bạn **màu gì**?

你的手機是什麼顏色？

Bạn thích **màu gì**?

你喜歡什麼顏色？

Quả / Trái chuối **màu gì**?

香蕉是什麼顏色？

單字

chuối 香蕉

○ 請用「**hơi**」的句型來練習下列的句子。

Thời tiết hôm nay **hơi** lạnh phải mặc áo khoác nhé.

今天的天氣有點冷，要穿外套喔！

Quả / Trái ổi này **hơi** cứng.

這顆芭樂有點硬。

Món này **hơi** nhạt / lạt.

這道菜有點淡。

單字

thời tiết 天氣

lạnh 冷

áo khoác 夾克、外套

ổi 芭樂

cứng 硬

🔼 **nhạt** / 🔽 **lạt** 淡

VB13-04.MP3　北音　VN13-04.MP3　南音

Lan: Chị ơi! Chị cho em hỏi cái váy này còn có những màu gì ạ?

Nhân viên: Váy đó chỉ có màu trắng thôi.

Lan: Chị cho em thử được không ạ?

Nhân viên: Được chứ!

Lan: (Sau khi mặc thử) Hơi rộng, đây là cỡ M, chị có cỡ S không ạ?

Nhân viên: Để chị tìm xem còn không nhé! May quá còn một cái, đây cỡ S của em đây.

Lan: Cái váy này chị bán bao nhiêu tiền ạ?

Nhân viên: Váy này chị bán 170.000 em ạ.

Lan: Đắt thế / Mắc vậy chị , chị giảm giá đi chị, 120.000 được không ạ?

Nhân viên: Em xem! Chất váy ở cửa hàng nhà chị toàn chất rất đẹp, em mặc cả / trả giá vậy chị còn lời lãi gì đâu, đúng 150.000 chị mới bán, không bớt thêm được nữa đâu em, tiền nào của ấy.

Lan: Vâng / Dạ, vậy em lấy cái váy này.

> Chị giảm giá đi chị.

---

váy 裙子　**cỡ** 尺寸　**tìm** 找　**may** 好運、幸運　北 **đắt** / 南 **mắc** 貴　**thế**（與vậy相同，北方較常用）那麼
giảm giá 減價　**chất** 品質　北 **mặc cả** / 南 **trả giá** 討價還價、講價　**lời lãi** 利潤
tiền nào của ấy 一分錢一分貨

阿蘭：小姐！請問這件裙子還有其他顏色的嗎？

店員：那件裙子只有白色而已。

買賣：你可以讓我試穿嗎？

店員：當然可以了！

阿蘭：（試穿之後）這件有點大…這件是 M 號的，請問您有 S 號的嗎？

店員：讓我找找看還有沒有！嗯，還好還有一件，這件是 S 號的，應該適合您。

阿蘭：請問這件裙子要賣多少錢呢？

店員：這件裙子是 170.000 盾。

阿蘭：太貴了！能算便宜一點嗎？算 120.000 盾好嗎？

店員：小姐妳看！我們的裙子的品質很好，您提的價我就真得沒有利潤能賺了，要150.000 盾整我才能賣，抱歉不能再少了，真的是一分錢一分貨。

阿蘭：好吧！那麼我就拿這件。

★ 越南語的主要顏色表現

màu trắng 白色	màu đen 黑色	màu xám 灰色	màu nâu 棕色
màu cà phê 咖啡色	màu vàng 黃色、金色	màu đỏ 紅色	màu hồng 粉紅色
màu xanh da trời 藍色	màu xanh lá cây 綠色	màu tím 紫色	màu cam 橘色

◆ 表達顏色的深淺：形容顏色淡時用「nhạt」、形容顏色深時用「đậm」。

例 màu vàng nhạt 淡黃色、màu vàng đậm 深黃色

★ 越南語的穿戴表現

❶「đội」：（僅遮蓋頭部的動作）戴　例 đội mũ / nón（戴帽子）

❷「mặc」：（能蓋住身體大片面積的動作）穿

　例 mặc áo 穿衣、mặc quần 穿褲子、mặc áo dài 穿越南長衫

❸「đeo」：（僅遮蓋身體一點點面積的動作）戴

　例 đeo khẩu trang（戴口罩）、đeo đồng hồ（戴手錶）

❹「đi」：（能遮蓋住腳部的動作）穿　例 đi tất / vớ 穿襪子（南 mang vớ）、
　đi giày 穿鞋子

VB13-05.MP3   VN13-05.MP3

1. 請用「bao nhiêu tiền?」及「giá bao nhiêu?」的句型，詢問下列商品。

例 Máy tính này ⇒「Máy tính này bao nhiêu tiền?」或「Máy tính này giá bao nhiêu?」

① Một nải chuối

→ _____.

② Một cân / ký chôm chôm

→ _____.

③ Một quả / trái sầu riêng

→ _____.

④ Cái váy trắng này

→ _____.

⑤ Ba chùm nho này

→ _____.

nải （香蕉集合量詞）串
chùm （葡萄集合量詞）串

2. 請用文法「thử」完成下面的句子。

例 ăn / món này ⇒「Tôi có thể ăn thử món này không?」

① mặc / váy này

→ _____.

② đeo / đồng hồ này

→ _____.

③ đi / đôi giày này

→ _____.

④ ăn / sầu riêng này

→ _____.

⑤ mặc / áo sơ mi này

→ _____ .

單字
áo sơ mi 襯衫

3. 請重組句子，變成正確有意義的越南語（重組後字首大寫）。

① cái / này / đồng hồ / tiền / bao nhiêu

→ _____ ?

② chúng ta / đi / đi /sầu riêng / mua / siêu thị / .

→ _____ .

③ balo / này / cái / có / gì / màu

→ _____ ?

④ này / cái / rộng / không / quần / hơi / có / nhỏ / cỡ / hơn / ,

→ _____ ?

單字
balo 揹包

4. 請聽MP3，並填入空格中的字，完成下面的句子。

① Tôi rất thích ăn _____ tươi.

② Cái váy tôi mới mua, nhưng hơi _____ .

③ Xin hỏi, _____ tiền một cân / ký ổi.

④ Điện thoại này em thích _____ gì?

⑤ Hè này chúng mình đi Việt Nam chơi _____ .

⑥ A: Chị có thể cho em _____ cái áo này được không ạ?

  B: Dĩ nhiên là được rồi, em _____ đi.

⑦ Chiếc máy tính này rất _____ nhưng chất lượng rất tốt.

單字
tươi 新鮮、生鮮 **dĩ nhiên** 當然 **chất lượng** 品質

越南市場文化簡說

在越南，到每個鄉村我們都會機會遇到不同的市集形態，以下便是越南各地多彩多姿的市場形象：

北河市集一隅

★ Chợ Phiên Bắc Hà（北河市集）

北河市集於每週日開市，為老街省最大的高原市集，各民族的商家都會聚在此地交易。從鋤頭、錦緞到活體的水牛、馬匹都有在交易，能夠找到各民族的民生必須品之外，這裡還能品嚐到西北山區獨特的道地菜餚 thắng cố（馬骨湯）。市集至今因仍保存著少數民族的傳統特色而聞名。

★ Chợ Đồng Xuân（同春市場）

同春市場是位於河內老街中的 Cầu Đông（東橋路）與 Hàng Khoai（薯行街）之間，擁有數百年的悠久歷史（可以向上追溯至越南最後一個皇朝－阮朝時期）的室內市場。市場裡從食品、服飾到生活日用品都有。因為大部分攤位都是算批發價，所以愈買愈便宜。同春市場是每天都開市的市場，消費者都可以逛個夠。

★ Chợ Đông Ba（東巴市場）

位於順化市的香江左岸。此市場成立於19世紀初，自古便是各地食品、海鮮及一般消費用品的交易市場。在歷史上曾三度歷經破壞又修復，如今已是寬敞且繁華的面貌。市場包括：中心鐘樓、周邊9個街區和4個新的銷售區，高達上千個攤位，為順化及中部地區最大的商業中心。

★ Chợ Bến Thành（濱城市場）

濱城市場可謂是胡志明市的地標。由於該市場原位於 Bến Nghé（幼水牛濱）河畔，緊鄰 thành Gia Định（嘉定城），故取名為「濱城」。濱城市場被認為是最大的零售市場，在這裡從常見或罕見食材、衣飾、電子產品、紀念品等，從平價到名牌什麼都有，這裡都買得到。另外，濱城市場的美食，也是舉世聞名。

★ Chợ Nổi Cái Răng（丐冷水上市場）

丐冷水上市場位於芹苴市丐冷郡的河面上，每天有300-400艘商品小船在這裡交易湄公河三角洲生產的水果和特產。由於過去道路交通的不發達，因此當時人們的商品買賣途徑轉而投向水路。歷經100多年的發展，至今丐冷水上市場已經轉型成為芹苴市典型的旅遊指標。

Bài

14

Chị bị làm sao?

妳怎麼了？

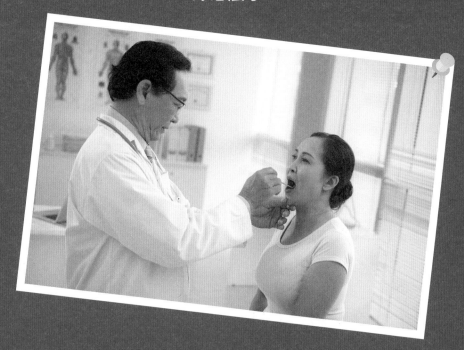

重點文法

- bị 罹（患）、受到（外傷）；被、遭到
- ngoài ... ra 除了…之外
- càng ... càng ... 越…越…
- càng ngày càng ... 越…越…
- ngày càng ... 越…越…
- trước ... sau đó ... 先…，然後（再）…
- nhớ 記得；想念

更多學習

- đã 強調前述內容的語氣詞！
- hết （用於否定句，加強否定語氣）對內容實際性不可動搖的強調

★ 圖解本課單字

VB14-01.MP3　北音
VN14-01.MP3　南音

⑮ **hắt xì** 打噴嚏

⑳ **nấc** 打嗝

⑪ **chóng mặt** 頭昏

⑯ **đau họng** 喉嚨痛

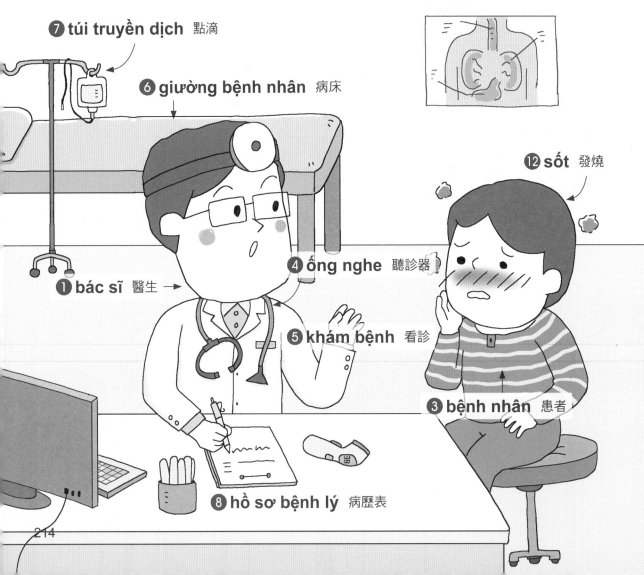

❼ **túi truyền dịch** 點滴

❻ **giường bệnh nhân** 病床

⑫ **sốt** 發燒

❶ **bác sĩ** 醫生

❹ **ống nghe** 聽診器

❺ **khám bệnh** 看診

❸ **bệnh nhân** 患者

❽ **hồ sơ bệnh lý** 病歷表

214

⑲ 北 buồn nôn / 南 mắc ói 想吐

⑭ sổ mũi 流鼻水

⑬ ho 咳嗽

⑰ đau bụng 肚子痛

⑱ tiêu chảy 腹瀉

㉑ chảy máu 流血

❷ y tá 護理師

❾ que đè lưỡi 壓舌板

❿ 北 ống tiêm / 南 ống chích 針筒

215

 **核心文法**

1 「**bị**」的用法

「bị」用於症狀、疾病的名詞之前時，指「出現…（某症狀）」或「罹（患）…、得到（某疾病）、受到（某外傷）」等意思。

Anh có bị sổ mũi không?
你　　　有　　罹　流鼻水　　嗎
你有流鼻水嗎？（出現症狀）

Ăn phải thức ăn thối / hư nên bị tiêu chảy.
吃　遭到　食物　　　　壞掉　　所以 罹 腹瀉
去吃到了壞掉的食物所以拉肚子了。（出現症狀）

Em ấy bị cúm / cảm.
他　　　罹　感冒
他感冒了。（罹患疾病）

Anh ấy bị mèo cào.
他　　　　遭受　貓　抓
他被貓抓傷。（受到外傷）

另外，如果「bị」只用在一般負面的事物、狀態時，則必須要另一面的具有被害語義的被動式「bị（被、遭到）」。

Anh ấy bị phạt tiền.
他　　　　被　罰錢
他被罰錢。（→他遭到罰錢）

與中文不同，越南文的「被」實質上依正、負面情事很細微地分成「được（被、得到）、bị（被、遭到）」兩種（第4課已教過 được 的用法），我們來簡單看看下面的比對：

Ⓐ **Tôi được vợ đánh một ngày ba trận.**

Ⓑ **Tôi bị vợ đánh một ngày ba trận.**

上述這兩句在中文裡都是「我被老婆一天揍三頓」，但第一句在話中「是被打得比較開心」、第二句則是「被打得比較痛苦」，這是中文所翻不出來的語感。不過，被打當然是負面情事，故Ⓑ才是正確的。Ⓐ除非是在開玩笑，不然會被當作錯誤加以糾正。

② 「ngoài ... ra」的用法

　　「ngài ... ra」是指將一個範圍裡所有人、事、物中，特別提出一個其他不同的並加以強調，即等同中文的「除了…之外」。「ngoài」與「ra」之間提到的內容即為與其他不同的人、事、物。

Ngoài đá bóng ra tôi còn thích đánh cầu lông.
除了　　踢足球　　　外 我　還　　喜歡　　打　　　羽毛球
除了踢足球以外我還喜歡打羽毛球。

單字
đá bóng 踢足球
cầu lông 羽毛球
sốt cao 發高燒

Ngoài sốt cao ra anh ấy còn bị ho.
除了　　發燒 高　外　他　　　還　罹　咳嗽
除了發高燒以外他還咳嗽。

Ngoài ho ra chị còn có bị hắt xì không?
除了　　咳嗽 外 妳　還　有　罹　打噴嚏　　嗎
除了咳嗽之外，妳還有打噴嚏嗎？

③ 「càng ... càng ...」的用法

　　「càng ... càng ...」是形容某人、事、物在某些性質狀態的前提或是變化等之後，延伸出新的發展結果之意，即近似中文的「越…越…」。使用上第一個「càng」之後接續「性質狀態或變化」，第二個「càng」之後則接續新發展出的結果。

Càng nhanh càng tốt.
越　　　快　　　越　　好
越快越好。

　　如果是相當於中文「越來越…」的句型，那就固定使用「càng ngày càng ...」或「ngày càng ...」。

Tóc rụng càng ngày càng nhiều.
頭髮 脫落　越來越　　　　　多
頭髮越掉越多。

單字
tóc 頭髮
rụng 脫落
tiền 錢
mất giá 貶值

Tiền ngày càng mất giá.
錢　　越來越　　　貶值
錢越來越貶值。

4 「trước ... sau đó ...」的用法

　　「trước ... sau đó ...」是形容先後步驟的用法，結構中的「trước」接於動詞後方，「sau đó」則是「然後…」，指先進行「trước」前述的動作，指後再依下個步驟進行「sau đó」後續的動作，即「先…，然後（再）…」的意思。

Em về nhà cất đồ trước, sau đó mới qua nhà anh.

我　回家　放東西　事先　　然後　　才　過去　家　你

我先回家放東西，然後再到你家去。

Em học bài trước đi đã, sau đó mới được ăn kem.

你　念書　事先　吧 強調語氣　然後　才　能　吃　冰淇淋

你要先念書，然後才能吃冰淇淋。

Anh đi nhà thuốc mua thuốc trước, sau đó

我　去　藥局　　買　藥　事先　　然後

mới về văn phòng.

才　回　辦公室

我先去藥局買藥，然後再回辦公室。

TIP

「đã」在此做語氣詞，強調前述內容的意思。

單字

cất đồ 置物、放東西
học bài 念書、讀書
nhà thuốc 藥局、藥房
thuốc 藥
văn phòng 辦公室

5 「nhớ」的用法

　　「nhớ ...」是指自己表示對後述的內容依稀有點印象，但不確定。或是對他人講話時，表示提醒要做後述的情事，即等同中文「記得…」的意思。

Nhớ uống thuốc trước khi đi ngủ.

記得　喝　藥　事先　當　去　睡覺

記得睡前吃藥。

Khi ra ngoài nhớ khóa cửa.

當　外出　　記得　鎖　門

出去的時候記得鎖門。

　　附帶一提，「nhớ」也有情感上想念的意思。

Con sẽ nhớ mẹ.

孩兒　將　想念　媽媽

（對媽媽講）我會想念媽媽。

TIP

中文會說「吃藥」，但越南語是用「uống thuốc（喝藥）」，比較類似中文的「服藥」的概念。

單字

thuốc 藥
khóa （動詞）鎖
cửa 門

核心文法現學現賣

請動筆快速填入本課所學的文法，直接加強印象。

1 請直接填入意思為「出現…（某症狀）、罹（患）」的「bị」。

★ Anh có _____ sổ mũi không? 你有流鼻水嗎？

★ Em ấy _____ cúm / cảm. 他感冒了。

2 請直接填入意思為「除了…之外」的「ngoài ... ra」。

★ _____ sốt cao _____ anh ấy còn bị ho.
除了發高燒以外他還咳嗽。

★ _____ ho _____ chị còn có bị hắt xì không?
除了咳嗽之外，妳還有打噴嚏嗎？

3 請依序直接填入意思分別為「越…越…、越來越…」的「càng ... càng ...,
càng ngày càng ...」。

★ _____ nhanh _____ tốt. 越快越好。

★ Tóc rụng _____ nhiều. 頭髮越掉越多。

4 請直接填入意思為「先…，然後（再）…」的「trước ... sau đó ...」。

★ Em về nhà cất đồ _____, _____ mới qua nhà anh.
我先回家放東西，然後再到你家去。

★ Em học bài _____ đi đã, _____ mới được ăn kem.
你要先念書，然後才能吃冰淇淋。

5 請直接填入意思為「記得」的「nhớ」。

★ Khi ra ngoài _____ khóa cửa. 出去的時候記得鎖門。

→ 請直接填入意思為「（情感上的）想念」的「nhớ」。

★ Con sẽ _____ mẹ. （對媽媽講）我會想念媽媽。

 **核心文法練習**

◯ 請用「**bị**」的句型來練習下列的句子。

Tôi **bị** gãy xương vì hôm trước tôi bị ngã / té.
因為前天我跌倒，所以骨折了。

Chị ấy đang **bị** đau răng.
她的牙正在痛。

Sau khi **bị** muỗi đốt / chích, anh ấy bị sốt xuất huyết.
他在被蚊子叮咬之後，感染上了登革熱。

Bác sĩ nói ăn đồ nướng dễ **bị** ung thư.
醫生説，吃燒烤的食物容易罹患癌症。

> **單字**
>
> **gãy xương** 骨折
> 北 **ngã** / 南 **té** 跌倒
> **đau răng** 牙痛
> **muỗi** 蚊子
> 北 **đốt** / 南 **chích** （昆蟲）叮咬
> **sốt xuất huyết** 登革熱
> **đồ nướng** 燒烤食物
> **dễ** 容易
> **ung thư** 癌症

◯ 請用「**ngoài ... ra**」的句型來練習下列的句子。

Ngoài anh và em **ra**, không còn ai biết chuyện này hết.
除了你和我以外，哪會有人知道這件事情。

Ngoài nghỉ ngơi nhiều **ra**, bạn còn phải uống thuốc đầy đủ.
除了多休息以外，你還得按時吃藥。

Khi phụ nữ mang thai, **ngoài** buồn nôn / muốn ói **ra** thèm ăn chua cũng rất bình thường.
當女人懷孕時，除了會想吐之外，會想吃酸的也是很正常的。

Ngoài đau bụng **ra**, tôi còn cảm thấy không muốn ăn.
除了肚子痛之外，我還感覺到食慾不振。

> **TIP**
>
> ❶第一句裡的「hết」是語氣詞，表示否定語氣的加強，故只用在否定句裡，使其負負得正後變成對內容更加堅不可摧強調。　❷第三例句中，南音的「想吐」一詞使用的「muốn ói」為醫療就診場合下醫護人員的正式說明用語。一般生活用語則同P.215的「mắc ói」。

> **單字**
>
> **nghỉ ngơi** 休息
> **đầy đủ** 充分、充足
> **mang thai** 懷孕
> **thèm** （欲望高的）想要
> **chua** 酸
> **bình thường** 平常、正常

220

請用「**càng ... càng ... / càng ngày càng ... / ngày càng ...**」的句型來練習下列的句子。

Người **càng** học cao **càng** khiêm tốn.
學位越高的人越謙虛。

Em cảm thấy **càng ngày càng** chóng mặt.
我感覺頭越來越暈。

Môi trường **ngày càng** ô nhiễm.
環境污染的越來越嚴重。

單字
môi trường 環境
ô nhiễm 污染

請用「**trước ... sau đó ...**」的句型來練習下列的句子。

Chúng ta đi xem phim **trước, sau đó** hãy đi ăn, được không?
我們先去看電影，然後再去吃飯，這樣好嗎？

Anh đi đo huyết áp **trước, sau đó** đi ra kia lấy máu.
你先去量血壓，然後再去那裡抽血。

Vậy anh tắm **trước, sau đó** đi nhà ga đón em.
那麼我就先去洗澡，然後再去車站接妳。

單字
do huyết áp 量血壓
lấy máu 抽血
tắm 洗澡
nhà ga 車站
đón 接（人）

請用「**nhớ ...**」的句型來練習下列的句子。

Anh đi làm về **nhớ** mua giúp em thuốc đau đầu.
你下班回來時，記得幫我買頭痛藥。

Khi đi khám bệnh **nhớ** mang thẻ bảo hiểm.
去看病時記得帶健保卡。

Anh **nhớ** món ăn mà mẹ nấu.
我想念媽媽做的菜餚。

TIP
「chút」表示程度一點點，用於形容微微地進行前動詞，相似於中文的「...一下」。

單字
khám bệnh 看病
thẻ bảo hiểm
健保卡（保險卡）

221

北音 VB14-04.MP3
 南音 VN14-04.MP3

Bác sĩ: Anh bị làm sao?

Dũng: Tôi bị ho và sốt.

Bác sĩ: Ngoài ho và sốt ra anh có bị đau họng không?

Dũng: Có ạ. Tôi cảm thấy càng ngày càng khó chịu, toàn thân không còn sức lực.

Bác sĩ: Anh há miệng ra. Anh bị viêm họng khá nặng nhé. Họng đỏ lắm.

Dũng: Tôi có phải tiêm không bác sĩ? Mấy hôm nay tôi không ăn uống được gì.

Bác sĩ: Không phải tiêm nhé, nhưng anh phải uống thuốc kháng sinh và phải kiêng ăn uống đồ lạnh nữa.

Dũng: Tôi biết rồi, bác sĩ, tôi muốn truyền đạm có được không ạ?

Bác sĩ: Được, anh đi truyền đạm trước đi, sau đó đi lấy thuốc. Bây giờ tôi sẽ viết đơn thuốc cho anh.

Dũng: Vâng / Dạ, cảm ơn bác sĩ ạ.

Bác sĩ: Anh nhớ uống thuốc đều đặn. Vài ngày sau sẽ khỏi.

Dũng: Dạ, vâng ạ / Dạ.

單字

khó chịu 難過、難受　**toàn thân** 全身　**sức lực** 力氣　**viêm họng** 喉嚨發炎　**nặng** 重　**họng** 喉嚨
đỏ（用於形容喉嚨時為）紅腫　**tiêm** 打針　**ăn uống** 吃喝；飲食　**thuốc kháng sinh** 抗生素　**kiêng** 忌諱、避免
truyền đạm 打點滴　**lấy thuốc** 拿藥　**đơn thuốc** 藥單　**đều đặn** 均衡、定期（服藥）　**vài ngày** 幾天
khỏi 健康的；康復

醫生：你怎麼了？

阿勇：我有咳嗽和發燒的症狀。

醫生：除了咳嗽和發燒之外，你有喉嚨痛嗎？

阿勇：有的！我感覺越來越不舒服，全身無力。

醫生：你張開嘴巴我看看…。你喉嚨發炎比較嚴重喔，喉嚨很腫。

阿勇：醫生，我有需要打針嗎？這幾天我都沒胃口。

醫生：你不需要打針喔，但是你必須吃抗生素。還有，你不可以吃喝冰的食物。

阿勇：我知道了。醫生我想打點滴可以嗎？

醫生：可以，你先打點滴然後再去拿藥。現在我開藥單給你

阿勇：好的！謝謝醫生。

醫生：你記得按時吃藥，幾天後就會好了。

阿勇：好的！

★ 更多生活常見疾病

mụn 青春痘	cao huyết áp 高血壓	tiểu đường 糖尿病
viêm loét dạ dày 胃潰瘍	viêm ruột thừa 盲腸炎	gút 痛風
cận thị 近視	viễn thị 遠視	sâu răng 蛀牙

★ 第一次出現的句子

Anh há miệng ra. 你張開嘴（巴）。

　　這是在越南看傷風感冒時一定會聽到的一句話，就是當醫生要檢查病人的嘴巴時說的「請把嘴張開」的意思。相當於中文「張（開）」的動作，不論張手張腳，越南語一般是「mở」；而本句中「há」本身雖是張大的意思，但它只侷限於「嘴巴」的部分。所以「há miệng」可以說是需要死記的詞組，而後面的「ra」自然表示展開的趨向動詞的「（張）開」。

練習題

 北音 VB14-05.MP3

 南音 VN14-05.MP3

1. 請聽MP3，並填入正確的答案。

A: Anh bị làm sao?　　　　　　　　　你怎麼了？

B: Tôi bị _____.　　　　　　　我 _____。

例 sốt

① _____

② _____

③ _____

④ _____

⑤ _____

2. 請以「càng ngày càng...」的句型完成下面的句子。

例 A: Chị ấy mệt phải không?

→ Q: Vâng / Dạ, chị ấy càng ngày càng mệt.

① A: Chị ấy vẫn đau đầu phải không?

→ Q: Vâng / Dạ, _____.

② A: Em ấy học giỏi lắm phải không?

→ Q: Vâng / Dạ, _____.

③ A: Mắt cô ấy rất đỏ phải không?

→ Q: Vâng / Dạ, _____.

224

解答：P.235

3. 請聽MP3，並完成下面的句子。

① Sang năm tôi ＿＿＿＿＿＿ đi Mỹ.
明年我可以去美國。

單字
sang năm 明年
đêm qua 昨天深夜

② Ai ＿＿＿＿＿＿ cúm / cảm?
誰感冒了？

③ Tôi ＿＿＿＿＿＿ đau bụng từ đêm qua.
我從昨天深夜開始就肚子痛。

④ Mắt và mặt anh rất đỏ, anh ＿＿＿＿＿＿ sốt thật rồi.
你的眼睛跟臉都一片通紅，你真的是發燒了。

⑤ Tôi rất vui vì tuần sau tôi ＿＿＿＿＿＿ về quê.
我很開心，因為下週我可以回故鄉去。

4. 請重組句子，變成正確有意義的越南語（重組後字首大寫）。

① sốt / phải không / bị / anh ấy

→ ＿＿＿＿＿＿＿＿＿＿＿＿＿＿＿＿＿＿ ?

② lạnh / trời / càng ngày càng

→ ＿＿＿＿＿＿＿＿＿＿＿＿＿＿＿＿＿＿ .

③ chị / cất đồ / , / sau đó / qua / về / em / nhà / trước / mới / nhà

→ ＿＿＿＿＿＿＿＿＿＿＿＿＿＿＿＿＿＿ .

④ anh ấy / bị / ngoài / còn / sốt cao / , / ra / ho

→ ＿＿＿＿＿＿＿＿＿＿＿＿＿＿＿＿＿＿ .

⑤ tôi / bà / đau lưng / bị

→ ＿＿＿＿＿＿＿＿＿＿＿＿＿＿＿＿＿＿ .

單字
đau lưng 背痛

從病房的一角看越南的民族團結精神

越南人不太愛上醫院，會覺得有點晦氣。但真的遇到親朋好友、同事住院時（或出院休養時），大致上只要是與其沾得上邊的相關人等，多會帶著花、水果、牛奶、糖果、餅乾，甚至於是現金（南方較少）的禮品，衝破晦氣的封鎖線，到病房裡去探訪重要的親友，藉此表達關心及協助，祝福他早日康復。

上述的社會風氣至今於越南依舊濃厚，這種人與人之間極富同理心的相互關懷，背後源自於我們對於「愛與團結」民族性的提倡。落實在生活面上時，就是「當同胞有難時，旁人都會相辦法出手相助」，我們越南人就是這樣的一個民族。

越南人的老祖宗們用生活的智慧告訴我們：「你看，我們常常用葉子來包糕點及食品，但葉子柔軟也容易破裂，所以再用良好的葉子包覆破掉的葉子，保存食品的完整。這不就與生活條件比較好的人（良葉），幫助生活困難的人（破葉）一樣嗎？如此一來，內容的精神（食品）便能完整」。故越南語中有一句俗語應運而生，即「Lá lành đùm lá rách（良葉包覆破葉）」，便是宣揚這種相互協助的精神之意。

不僅如此，在我們自幼傳唱六八體的古老歌謠中，便流傳了下面詞句：

Bầu ơi thương lấy bí cùng	葫蘆呀！你也要疼愛南瓜
Tuy rằng khác giống nhưng chung một giàn	雖不同種，但生長在同一棚下
Nhiễu điều phủ lấy giá gương	用紅紗，將祖龕緊緊覆蓋
Người trong một nước phải thương nhau cùng	互為同一國人，自當相親相愛

在這首歌謠中，無時無刻地在旋律中縈繞著這一份道理，千百年來，成就了民族之間的堅定的團結精神。同上道理，多數的越南人也習慣了團體行動（能就近互相幫助），所以當看到越南人多是一大群一起活動時，也不用大驚小怪。當然，這只是另一個題外話而已。

註1　「六八體」指一句六字、一句八字的越南傳統詩體。

註2　「nhiễu điều」是古語，為縐紗類的紅布；紅紗與明鏡原本是兩者不相關的事物，但因紅紗的覆蓋而保持了鏡子的亮潔。

Phụ lục
附錄

Đáp án và hướng dẫn tra cứu ngữ pháp

解答篇及全書文法快查索引

附錄內容

- 解答篇
- 全書文法速查索引
- 簡易其他北、南詞彙異同表

練習題解答篇

 Bài 01 P.42-43

1. 例 Chào cô ① Chào mẹ
② Chào em ③ Chào anh
④ Chào chị ⑤ Chào thầy

2. ① Tên tôi là Lan / Tôi tên là Lan 我叫阿蘭。
② Tên anh là gì? / Anh tên là gì? 你叫什麼名字？
③ Còn chị, chị tên là gì? 那妳呢？妳叫什麼名字？
④ Rất vui được gặp ông. 很開心能認識（見到）你。
⑤ Tôi cũng rất vui được gặp bạn. 我也很開心能認識（見到）你。
⑥ Bạn là người nước nào ạ? 請問你是哪國人？
⑦ Anh ấy rất thông minh. 他很聰明。
⑧ Mẹ cũng mệt. 媽媽也累。

3. ① 見 ② 名字 ③ 新 ④ 累 ⑤ 美
⑥ gì ⑦ đáng yêu / dễ thương ⑧ người
⑨ cao ⑩ nước

4. Ⓐ Chào Ⓑ chị Ⓒ tên Ⓓ là Ⓔ Còn
Ⓕ gì Ⓖ tên Ⓗ vui Ⓘ cũng Ⓙ gặp
A: 你好！
B: 妳好，妳叫什麼名字？
A: 我的名字是玲，你呢？你叫什麼名字？
B: 我的名字是傑。很高興認識你。
A: 我也很高興認識妳。

 Bài 02 P.56-57

1. ① bác sĩ, bệnh viện
② công an, trụ sở đồn công an
③ giáo viên, trường đại học

① A: 他做什麼工作？
B: 他是醫生。
A: 他在哪工作？
B: 他在醫院工作。
② A: 他做什麼工作？
B: 他是公安。
A: 他在哪工作？
B: 他在公安派出所工作。
③ A: 她做什麼工作？
B: 她是老師。
A: 她在哪工作？
B: 她在大學工作。

2. ① Anh Hùng là tài xế phải không? 雄哥是司機嗎？
Dạ, không phải, anh Hùng là giám đốc. 不是，雄哥是經理。
② Anh và cô ấy đều là bác sĩ phải không? 你跟她都是醫生對嗎？
Vâng / Dạ, chúng tôi đều là bác sĩ. 是的，我們都是醫生。
③ Em đang ở bưu điện phải không? 你正在郵局裡對吧？
Dạ, em đang ở bưu điện. 是的，我正在郵局裡。
④ Em ấy có giỏi không? 他有很棒嗎？
Có, giỏi lắm! 有，他很棒。
⑤ Anh có phải là người Đài Loan không? 你是不是台灣人？
Dạ, anh là người Đài Loan. 是的，我是台灣人。

3. ① Tôi học ở trường Đại Học Bách Khoa. 我在百科大學裡就讀。
② Chị đi đâu đấy. 妳要去哪呀？

228

③ Anh ấy làm nghề gì? 他做什麼工作？

④ Cô ấy không phải là bác sĩ. 她不是醫生。

4. ① kỹ sư ② ca sĩ ③ nông dân

① a. 教師 b. 醫生 c. 工程師

② a. 醫生 b. 歌手 c. 廚師

③ a. 農夫 b. 畫家 c. 家庭主婦

5. ① 我正在越南工作。

② 你要去哪呀？

③ 我跟她都是教師。

④ 你會越南語嗎？

 Bài 03 P.70-71

1. 例 cái bàn 桌子 ① cái ghế 椅子

② quyển / cuốn sách 書 ③ cái tivi 電視

④ phở bò 牛肉河粉 ⑤ máy tính 電腦

2. ① A: Mẹ anh bao nhiêu tuổi? 你媽媽幾歲？

Q: Mẹ tôi năm mươi tám tuổi. 我媽媽 58 歲了。

② A: Vợ anh bao nhiêu tuổi? 你太太幾歲？

Q: Vợ tôi ba mươi hai tuổi. 我太太 32 歲了。

③ A: Anh có mấy cái bút / (cái viết)? 你有幾枝筆？

Q: Tôi có ba cái bút (cái viết). 我有 3 枝筆。

④ A: Nhà anh có mấy người? 你家有幾個人？

Q: Nhà tôi có sáu người. 我家有 6 個人。

3. ① đang ② đã, chưa ③ Chưa, chưa

④ của, rồi

4. ① hai mươi tư / hai mươi bốn

② bốn mươi mốt

③ một trăm lẻ năm

④ 北 hai mươi lăm nghìn / 南 hai mươi lăm

ngàn

⑤ 北 một trăm hai mươi tư nghìn / 北 một trăm hai mươi bốn nghìn / 南 một trăm hai mươi tư ngàn / 南 một trăm hai mươi bốn ngàn

⑥ một tỷ

5. ① 我正在台灣學中文。

② 這本是我的越南文的書。

③ 你幾歲了？

④ 你吃完了嗎？

 Bài 04 P.84-85

1. 例 nhắn tin 傳訊息、傳私訊

① lên mạng 上網

② ảnh đại diện 大頭照

③ làm quen 認識

④ tin nhắn 訊息、私訊

⑤ bún đậu mắn tôm 炸豆腐蝦醬米線

2. ① Anh có thể nói Tiếng Việt được không?

你可以講越南語嗎？

② Chị có thể giới thiệu anh ấy cho em được không? 妳可以把他介紹給我認識嗎？

③ Bạn có thể chia sẻ giúp tôi được không?

你可以幫我分享嗎？

④ Em có thể nhắn tin cho anh được không? 你可以傳私訊給我嗎？

3. ① muốn ② được ③ để ④ được

4. Ⓐ đang Ⓑ để Ⓒ muốn Ⓓ vẫn

Ⓔ nhắn tin Ⓕ có thể

A: 宏哥呀！你要去哪？

B: 我要去上課。最近我正在學越南語。

A: 你學越南語做什麼？

B: 我想學是為了想跟越南人交流。妳仍是用舊的

229

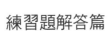 練習題解答篇

Zalo 對吧？

A: 是呀！讓我傳訊息給你。

B: 好的！我看到妳的 Zalo 了。我學越南語有什麼問題時，可以問妳嗎？

A: 當然好呀！

5. ① kỹ sư 工程師

② bác sĩ 醫生

③ nông dân 農夫

6. ① Tôi muốn mua một cái máy tính. 我想買一台電腦。

② Em vẫn thích dùng Zalo. 我仍舊喜歡用 Zalo。

③ Anh nên chủ động nhắn tin cho cô ấy trước. 你應該主動先傳訊息給她。

 Bài 05　　　　　P.98-99

1. 例 8 giờ 5 phút 八點五分

① 7 giờ 七點

② 9 giờ 15 phút 九點十五分

③ 10 giờ 30 phút / 10 giờ rưỡi 十點三十分、十點半

④ 11 giờ 37 phút / 12 giờ kém 23 phút 十一點三十七分

⑤ 4 giờ 51 phút / 5 giờ kém 9 phút 四點五十一分

2. ① chậm, 北 muộn / 南 trễ　② thường

③ từ, đến　④ không bao giờ　⑤ lúc

3. ① Bao giờ anh ấy mới đi Mỹ? 什麼時候他才去美國。

② Hôm qua anh ấy vừa về Việt Nam. / Anh ấy vừa về Việt Nam hôm qua. 他昨天才剛回越南。

③ Lúc nào chị gửi báo cáo cho tôi? 妳什麼時候要寄報告給我？

④ Mẹ tôi thích xem tivi vào buổi tối. 我媽媽喜歡在晚上時看電視。

⑤ Làm ơn cho tôi hỏi bây giờ là mấy giờ? 請讓我問一下，現在是幾點？

⑥ Anh ấy không bao giờ đi học muộn / trễ. 他去上課不曾晚到過。

4. Ⓐ lúc　Ⓑ 6　Ⓒ mấy giờ　Ⓓ 7 giờ

Ⓔ từ　Ⓕ đến

A: 阿玉呀，早上妳都在幾點起床？

B: 6 點。

A: 天啊！妳這麼早起床做什麼？

B: 我去晨運（做運動），然後淋浴完了就吃早餐。

A: 那麼妳幾點去上課？

B: 7 點半。

A: 你上課是從幾點到幾點？

B: 我從 8 點上到 12 點。

A: 妳真厲害，我沒辦法做到像妳這樣。

 Bài 06　　　　　P.112-113

1. 例 ngày 12 tháng 1 一月十二日

① ngày 28 tháng 2 二月二十八日

② ngày 18 tháng 3 三月十八日

③ ngày 17 tháng 9 九月十七日

④ ngày 27 tháng 11 十一月二十七日

⑤ ngày 9 tháng 6 / mùng 9 tháng 6 六月九日

2. ① Chúng tôi bắt đầu học tiếng Việt vào tuần này. 我們這週開始學越南語。

② Chúng tôi sẽ học đàn vào tháng sau. 我們下個月開始學琴。

③ Tôi gặp cô ấy vào sáng nay. 今天早上我有見到她。

230

④ Tôi thường nấu ăn vào cuối tuần. 週末我常常會煮飯。

3. ① Sắp đến sinh nhật chị ấy rồi. 快要到她的生日了。

② Linh bắt đầu làm việc ở ngân hàng từ tuần trước. 阿玲從上週開始在銀行裡工作。

③ Khi nào anh và vợ anh về Việt Nam? 你跟你老婆什麼時候要回越南？

Anh và vợ anh về Việt Nam khi nào? 你跟你老婆是什麼時候回到越南來的？

④ Tôi chỉ có thời gian vào cuối tuần thôi. 我只有週末有時間而已。

⑤ Thứ Bảy tuần này anh đi xem phim với em nhé. 星期六你跟我去看電影吧！

Thứ Bảy tuần này em đi xem phim với anh nhé. 星期六妳跟我去看電影吧！

4. ① 今天是星期一。

② 我快要回越南了！

③ 昨天是幾號呢？

④ 這週我只有週末有空。

⑤ 4 月 30 號什麼日子呢？

⑥ 她只喜歡韓國歌手而已。

 Bài 07   P.126-127

1. 例 lạnh 冷   ① ẩm ướt 潮溼   ② oi bức 悶熱
③ mát mẻ 涼快   ④ ấm áp 溫暖
⑤ nóng 熱

2. ① Bạn ấy già hơn tôi.
② Mùa Hạ Việt Nam nóng hơn Đài Loan.
③ Tôi cao bằng cô ấy.
④ Anh ấy đăng ký cả lớp tiếng Anh lẫn lớp tiếng Trung.

3. ① Hôm nay trời nắng phải không? 今天是晴

天對吧？

② Hôm nay bao nhiêu độ? 今天是幾度？

③ Hôm nay lạnh hơn hôm qua. 今天比昨天還冷。

④ Tôi thích cả mùa xuân lẫn mùa đông. 春天跟冬天我都喜歡。

⑤ Tôi và anh ấy giống nhau đều thích mùa thu. 我跟他一樣，都喜歡秋天。

⑥ Bạn và Mai thật giống nhau đều không ăn cay. 你和小梅兩個人真像都不吃辣。

4. ① bằng   ② trời mưa   ③ nóng hơn
④ ấm áp   ⑤ giống

 Bài 08   P.140-141

1. ① son   ② nước hoa   ③ giày cao gót
④ 包包   ⑤ 花   ⑥ 戒指

2. ① Tôi tưởng anh ấy không đến. 我以為他不來。

② Tôi tưởng chị đã kết hôn. 我以為她已經結婚。

③ Anh tưởng đây là áo dài của em. 我以為這是妳的越南長衫。

④ Tôi tưởng cô ấy thích son. 我以為她喜歡口紅。

⑤ Tôi tưởng ngày mai sinh nhật anh ấy. 我以為明天是他的生日。

3. ① đi, lại   ② đừng   ③ huống hồ
④ v.v.
① 吃來吃去，還是越南菜最好吃。
② 你別再說了，我聽得好累。
③ 要去這麼遠我都感到累了，何況是孩子。
④ 這個袋子裡有蘋果、芭樂跟荔枝等等…。

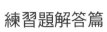

4. ① Anh đừng mua son màu đó, em không thích đâu. 你不要買那種顏色的口紅，我不喜歡。

② Anh ấy dặn đi dặn lại tôi, ở Đài Loan không được tặng đồng hồ. 他再三地囑咐，在台灣不可以送時鐘。

③ Nhẫn em cũng không nhận huống hồ là bó hoa. 戒指我都不想收了，何況是一束花。

5. ① 我以為你不會來。

② 吃來吃去都是這道菜，我都吃膩了。

③ 金甌的房子我都買不起了，何況是芹苴的。

④ 隨我的話，我選去澳洲玩。

 Bài 09 P.154-155

1. ① Làm ơn pha, pha ② Làm ơn lấy, lấy

③ Làm ơn gọi, gọi

① A: 麻煩請幫我泡一杯咖啡。

B: 讓我來幫你泡吧！

② A: 麻煩請幫我拿一下架上的書。

B: 讓我來幫你拿吧！

③ A: 麻煩請幫我叫一下計程車。

B: 讓我來幫你叫吧！

2. ① Tuy anh ấy học giỏi nhưng anh ấy rất khiêm tốn.

Mặc dù anh ấy học giỏi nhưng anh ấy rất khiêm tốn.

② Tuy cô Lan rất mệt nhưng cô ấy vẫn đi dạy.

Mặc dù cô Lan rất mệt nhưng cô ấy vẫn đi dạy.

③ Tuy vé máy bay hãng này rẻ nhưng hay bị trễ giờ bay.

Mặc dù vé máy bay hãng này rẻ nhưng

hay bị trễ giờ bay.

3. ① Tôi dịch giúp anh Kim bài báo này.

② Linh giúp tôi gọi taxi.

③ Chị ấy giúp tôi mua vé máy bay đi Đà Nẵng.

④ Em tôi giúp tôi nấu cơm.

4. ① Bà ấy muốn đổi tiền từ tiền Việt sang tiền Yên.

② Mười năm trước cô ấy dịch bài thơ này từ tiếng Nga sang tiếng Việt.

③ Nhà hàng ấy mới chuyển từ phố Hàng Gai sang phố Huế.

Bài 10 P.168-169

1. ① xe khách 遊覽車

② xe máy 機車

③ tàu điện ngầm 捷運

④ xe ôm 抱抱車、計程機車

⑤ máy bay 飛機

⑥ xe xích lô 人力三輪車

⑦ leo núi 爬山

⑧ cắm trại 露營

⑨ đi phượt 自助旅行

⑩ danh lam thắng cảnh 風景名勝

⑪ khu vui chơi giải trí 遊樂園

⑫ công viên 公園

2. ① Nếu ngày mai trời mưa thì tôi sẽ đi taxi đi làm. 如果明天下午的話，我會搭計程車去上班。

② Phở là một trong những món ăn nổi tiếng của Việt Nam. 河粉是越南知名的料理之一。

3. ① 你有去過沙壩了嗎？

② 我還沒有去過大勒。

③ 我打算騎機車去上學。

4. Ⓐ chuẩn bị   Ⓑ bao giờ   Ⓒ lắm   Ⓓ định

　 Ⓔ Nếu   Ⓕ thì   Ⓖ một trong những

　 Ⓗ phải

A: 我準備要去下龍灣旅行，你已經去有過下龍灣了嗎？

B: 還沒，我還沒去過下龍灣，聽說下龍灣很漂亮，是嗎？我打算這個夏天去越南玩。

A: 如果要去越南，就一定要去下龍灣，因為下龍灣是越南知名的觀光區之一。

B: 那這樣的話這個夏天我一定要去一趟下龍灣才行了。

 Bài 11　　　P.182-183

1. ① rẽ / quẹo phải

　 ② rẽ / quẹo trái

　 ③ đi thẳng

　 ① A: 不好意思，請問到圖書館的路要怎麼走？
　　　 B: 直走後通過十字路口後再右轉就到了。

　 ② A: 不好意思，請問到銀行的路要怎麼走？
　　　 B: 過兩個十字路口後再左轉就到了。

　 ③ A: 不好意思，請問到飯店的路要怎麼走？
　　　 B: 直走約 800 公尺左右後就在左手邊。

2. ① 從內排機場到美亭車站要多久時間？

　 ② 我想要繼續學越南語。

　 ③ 從頭頓市離胡志明市多遠？

　 ④ 我是騎車去的。

　 ⑤ 大約 25 分。

3. ① Mưa chưa tạnh, tôi định chờ tiếp ở đây.
　　 雨還沒停，我打算在這裡繼續等。

　 ② Sao anh uống rượu nhiều vậy? 為什麼你喝那麼多的酒？

③ Em học tiếng Việt qua tin tức Việt Nam.
　 我透過越南新聞學習越南語。

④ Linh thường đi làm bằng xe buýt. 阿玲常搭公車去上班。

⑤ Làm ơn cho tôi hỏi , đường đến phố cổ Hội An đi như thế nào? 抱歉我請問一下，到會安古城的路該怎麼走呢？

4. Ⓐ làm ơn   Ⓑ đi   Ⓒ rẽ / quẹo trái

　 Ⓓ khoảng   Ⓔ bên tay trái   Ⓕ xa

A: 小姐抱歉我請問一下，請問到喬莊餐廳的路怎麼走呢？

B: 請你直走，到十字路口後左轉，然後再直走，到了十字路口後再右轉，大約再走 200 多公尺，喬莊餐廳就在左手邊。

A: 從這裡到那裡會很遠嗎？

B: 不會太遠，大約一公里而已。

A: 好的！謝謝妳。

 Bài 12　　　P.196-197

1. ① ai cũng   ② nào cũng   ③ ai cũng

　 ④ nào cũng   ⑤ nào cũng

2. ① Anh ơi, làm ơn tính tiền. （男）老闆，麻煩買單。

　 ② Hôm nay không có canh chua. 今天沒有越式酸湯。

　 ③ Phiền anh cho tôi thêm một đôi đũa nữa.
　　 麻煩你幫我多添一雙筷子。

　 ④ Nhìn biết ngày là phở bò. 一看就知道是牛肉河粉。

　 ⑤ Nếu ngày mai trời mưa thì tôi ở nhà. 如果明天下雨的話，我就待在家裡。

　 ⑥ Thịt gà luộc sẽ được mang lên ngay ạ.
　　 白斬雞馬上就會上菜。

⑦ Tôi chỉ thích ăn lẩu hải sản thôi. 我只喜歡吃海鮮鍋而已。

⑧ Tối nay chúng ta lại ăn lẩu à. 今天晚上我們又吃火鍋呀！

3. Ⓐ uống　Ⓑ cho　Ⓒ còn
   Ⓓ cà phê đen đá　Ⓔ nước chanh
   Ⓕ thêm　Ⓖ chờ　Ⓗ tính tiền

A: 妳要喝什麼？

B: 我要一杯檸檬汁，你呢？

A: 我要喝冰黑咖啡！（叫店員）先生，麻煩你給我一杯檸檬汁跟一杯冰的黑咖啡。對了，請再加上一盤水果。

C: 好的，請兩位稍候一下。

A: 先生，麻煩買單。

C: 兩位點的檸檬汁、咖啡及水果總共是 80.000 盾。

 Bài 13　　P.210-211

1. 例 Máy tính này giá bao nhiêu? ; Máy tính này giá bao nhiêu? 這台電腦多少錢？

   ① Một nải chuối bao nhiều tiền? ; Một nải chuối giá bao nhiêu? 一串香蕉多少錢？

   ② Một **cân / ký** chôm chôm bao nhiều tiền? ; Một **cân / ký** chôm chôm giá bao nhiêu? 一斤紅毛丹多少錢？

   ③ Một **quả / trái** sầu riêng bao nhiều tiền? ; Một **quả / trái** sầu riêng giá bao nhiêu? 一顆榴槤多少錢？

   ④ Cái váy trắng này bao nhiều tiền? ; Cái váy trắng này giá bao nhiêu? 這件白裙多少錢？

   ⑤ Ba chùm nho này bao nhiều tiền? ; Ba chùm nho này giá bao nhiêu? 三串葡萄多少錢？

2. ① Tôi có thể mặc thử váy này không? 我可以試穿這件裙子嗎？

   ② Tôi có thể đeo thử đồng hồ này không? 我可以試戴這隻手錶嗎？

   ③ Tôi có thể đi thử đôi giày này không? 我可以試穿這雙鞋子嗎？

   ④ Tôi có thể ăn thử sầu riêng này không? 我可以試吃這顆榴槤嗎？

   ⑤ Tôi có thể mặc thử áo sơ mi này không? 我可以試穿這件襯衫嗎？

3. ① Cái đồng hồ này bao nhiêu tiền? 這隻手錶多少錢？

   ② Chúng ta đi siêu thị mua sầu riêng đi. 我們去超市買榴槤吧！

   ③ Cái balo này có màu gì? 這個揹包有什麼顏色的？

   ④ Cái quần này hơi rộng, có cỡ nhỏ hơn không? 這件褲子有點寬，有尺寸小一點的嗎？

4. ① hoa quả / trái cây ② rộng ③ bao nhiêu ④ màu ⑤ đi ⑥ thử, thử ⑦ đắt / mắc

   ① 我喜歡吃新鮮的水果。

   ② 我新買的裙子有點寬鬆。

   ③ 不好意思，芭樂一公斤多少錢？

   ④ 這隻電話妳喜歡什麼顏色的？

   ⑤ 這個夏天我們去越南玩吧！

   ⑥ A: 您可以讓我試穿這衣服嗎？
   　　B: 當然可以了，您請試穿看看。

   ⑦ 這台電腦很貴，但是品質很好。

解答篇

1. 例 sốt 發燒

　① tiêu chảy 腹瀉

　② ho 咳嗽

　③ đau họng 喉嚨痛

　④ đau bụng 肚子痛

　⑤ chóng mặt 頭暈

2. 例 A: Chị ấy mệt phải không? 她很累對吧？

　　Q: Vâng / Dạ, chị ấy càng ngày càng
　　　mệt. 是的，她越來越累。

　① A: Chị ấy vẫn đau đầu phải không? 她還
　　　是很頭痛對吧？

　　Q: Vâng / Dạ, chị ấy càng ngày càng
　　　đau đầu. 是的，她的頭越來越痛。

　② A: Em ấy học giỏi lắm phải không? 她學
　　　習得很棒對吧？

　　Q: Vâng / Dạ, em ấy học càng ngày
　　　càng giỏi. 是的，她學得越來越棒。

　③ A: Mắt cô ấy rất đỏ phải không? 她的眼
　　　睛很紅對吧？

　　Q: Vâng / Dạ, mặt cô ấy càng ngày càng
　　　đỏ. 是的，她的眼睛越來越紅。

3. ① được　② bị　③ bị　④ bị　⑤ được

4. ① Anh ấy bị sốt phải không? 他發燒了對吧？

　② Trời càng ngày càng lạnh. 天氣越來越冷。

　③ Em về nhà cất đồ trước, sau đó mới qua
　　nhà chị. 我先回家放東西，然後再到妳家去。

　④ Ngoài ho ra, anh ấy còn bị sốt cao. 除了
　　咳嗽之外，他還有發高燒。

　⑤ Bà tôi bị đau lưng. 我的奶奶背痛。

02 北南詞彙相異表

【簡易其他北、南詞彙異同表】

（錄音順序自左欄開始由上到下直唸，即：髒→熨斗…神經病…停→接…）的順序。

北部	南部	中文意思	北部	南部	中文意思
bẩn	dơ	髒	đỗ	đậu	停
bàn là	bàn ủi	熨斗	đón	rước	接
bảo	kêu	叫	dùng	xài	用
bát	chén	碗	gầy	ốm	瘦
bắt nạt	ăn hiếp	欺負	hoa	bông	花
bé	nhỏ	小	hoa quả	trái cây	水果
béo	mập	胖	hôm (trước)	bữa (trước)	前幾天
buồn	rầu	難過	hỏng	hư	壞掉
buồn	nhột	癢	kiêu	chảnh	跩
buồn nôn	mắc ói	吐	lạc	đậu phộng	花生
cân	ký	公斤	lợn	heo	豬
chăn	mền	被子	lười	biếng	懶惰
cơm rang	cơm chiên	炒飯	mặc cả	trả giá	討價還價
đánh rắm	địt	放屁	mắng	la	罵
đắt	mắc	貴	mất điện	cúp điện	停電
đèo	chở	載	mũ	nón	帽子
điên	khùng	神經病	muộn	trễ	遲到

北部	南部	中文意思
mướp đắng	khổ qua	苦瓜
ném / vứt	dục	丟
ngã	té	跌掉
ngô	bắp	玉米
ngượng	quê	尷尬
nhảm nhí	xàm xí	胡說
nhanh	lẹ	快
nhé	nghen	語助詞
nói phét	nói xạo	說謊
ô	dù	雨傘
ốm	bệnh	生病
phanh	thắng	煞車
quả doi	trái mận	蓮霧
quả dứa	trái thơm	鳳梨
quả táo	trái bom	蘋果
quất	tắc	金桔
rau mùi	ngò	香菜
rẽ	quẹo	轉

北部	南部	中文意思
say	xỉn	醉
sướng	đã	爽
tắc đường	kẹt xe	賽車
tầng	lầu	（層）樓
thìa	muỗng	湯匙
thích	khoái	喜歡
thuê	mướn	租
to	bự	大
trả lại	gửi lại	還
trẻ con	con nít	幼稚
trêu	giỡn	開玩笑
vâng	dạ	敬語
vào	vô	進
vỡ	bể	破掉
vớ vẩn	tào lao	不像話
vòng xoay	bùng binh	圓環
xem	coi	看

台灣廣廈 國際出版集團
Taiwan Mansion International Group

國家圖書館出版品預行編目（CIP）資料

全新開始！學越南語／武氏林(Vũ Thị Lâm), 吳冠宏共著. -- 初版
. -- 新北市：國際學村出版社, 2023.03
　面；　公分
ISBN 978-986-454-271-0(平裝)

1.CST: 越南語 2.CST: 讀本

803.798　　　　　　　　　　　　　　112000747

 國際學村

全新開始！學越南語

作　　　者／武氏林（Vũ Thị Lâm）、吳冠宏	編輯中心編輯長／伍峻宏
	編輯／王文強
	封面設計／林珈仔・**內頁排版**／菩薩蠻數位文化有限公司
	製版・印刷・裝訂／東豪・弼聖・綋億・明和

行企研發中心總監／陳冠蒨	線上學習中心總監／陳冠蒨
媒體公關組／陳柔彣	數位營運組／顏佑婷
綜合業務組／何欣穎	企製開發組／江季珊

發　　行　人／江媛珍
法　律　顧　問／第一國際法律事務所 余淑杏律師・北辰著作權事務所 蕭雄淋律師
出　　　　版／國際學村
發　　　　行／台灣廣廈有聲圖書有限公司
　　　　　　　地址：新北市 235 中和區中山路二段 359 巷 7 號 2 樓
　　　　　　　電話：（886）2-2225-5777・傳真：（886）2-2225-8052
讀者服務信箱／cs@booknews.com.tw

代理印務・全球總經銷／知遠文化事業有限公司
　　　　　　　地址：新北市 222 深坑區北深路三段 155 巷 25 號 5 樓
　　　　　　　電話：（886）2-2664-8800・傳真：（886）2-2664-8801
郵 政 劃 撥／劃撥帳號：18836722
　　　　　　　劃撥戶名：知遠文化事業有限公司（※單次購書金額未達 1000 元，請另付 70 元郵資。）

■出版日期：2023 年 05 月
ISBN：978-986-454-271-0